റോസാപ്പൂക്കളുടെ യുദ്ധം

rosapookkalude yudham
stories

•

hakim cholayil

•

first edition
april 2015

•

typesetting & published
chintha publishers, thiruvananthapuram

•

•

cover
prasoon

•

വിതരണം

ദേശാഭിമാനി ബുക്ക് ഹൗസ്

H O തിരുവനന്തപുരം–695 035
phone: 0471-2303026, 6063026
www.chinthapublishers.com
chinthapublishers@gmail.com

ബ്രാഞ്ചുകൾ

ഹെഡ്ഡാഫീസ് ബ്രാഞ്ച് കുന്നുകുഴി • സ്റ്റാച്യു തിരുവനന്തപുരം • കെ എസ്
ആർ ടി സി ബസ് സ്റ്റേഷൻ ആലപ്പുഴ • കെ എസ് ആർ ടി സി ബസ്
സ്റ്റേഷൻ എറണാകുളം • ചിറ്റൂർ റോഡ് എറണാകുളം • മച്ചിങ്ങൽ ലെയ്ൻ
തൃശൂർ • ഐ ജി റോഡ് കോഴിക്കോട് • മാവൂർ റോഡ് കോഴിക്കോട് • എൻ
ജി ഒ യൂണിയൻ ബിൽഡിങ് കണ്ണൂർ • സെൻട്രൽ ബസ് ടെർമിനൽ
കോംപ്ലക്സ് താവക്കര കണ്ണൂർ

CO - 2174 / 3636

റോസാപ്പൂക്കളുടെ യുദ്ധം

കഥകൾ

ഹക്കിം ചോലയിൽ

ചിന്ത പബ്ലിഷേഴ്സ്
തിരുവനന്തപുരം–695 035

ഹക്കിം ചോലയിൽ

നിലമ്പൂർ താലൂക്കിലെ മമ്പാടിൽ ജനനം. പിതാവ്: കരുവാപ്പറ
മ്പൻ ഹൈദ്രു. മാതാവ്: പുത്തൂരം കദീജ. മമ്പാട് ഗവൺമെന്റ്
ഹൈസ്കൂൾ, ഡോ. ഗഫൂർ എം ഇ എസ് മമ്പാട് കോളേജ് എ
ന്നിവിടങ്ങളിൽ വിദ്യാഭ്യാസം. രസതന്ത്രത്തിൽ ബിരുദം. പത്തു
വർഷം സൗദി അറേബ്യയിലെ ജിദ്ദയിൽ ഒരു സ്വകാര്യ കമ്പനി
യുടെ സെക്രട്ടറിയായി ജോലി ചെയ്തു. ഇപ്പോൾ നാട്ടിൽ സ്ഥിര
താമസം. കോഴിക്കോട് സർവകലാശാലാ ഇന്റർസോൺ മത്സര
ത്തിൽ കഥയ്ക്ക് ഒന്നാം സമ്മാനം, സഹൃദയ പുരസ്കാരം എന്നിവ
ലഭിച്ചിട്ടുണ്ട്. ആനുകാലികങ്ങളിൽ കഥകൾ എഴുതുന്നു. പുസ്
തകങ്ങൾ: *ഫല്ലൂജ, ഇരുൾ നിലവിളി* (ചെറുകഥ സമാഹാരം)

ഭാര്യ   : സമീറ
മക്കൾ   : അഫ്താബ്, റയാൻ
വിലാസം   : റയാൻ നിവാസ്
              നടുവക്കാട്
              പി ഒ മമ്പാട്
              മലപ്പുറം ജില്ല. 676542
Email   : hakkimcholayil@yahoo.com

ഉള്ളടക്കം

പ്രസാധകക്കുറിപ്പ്   7

അവതാരിക

പ്രവാസിയുടെ മുറിവുകൾ   8

പി സുരേന്ദ്രൻ

കഥയുടെ വഴി   10

റോസാപ്പൂക്കളുടെ യുദ്ധം   11

കളിപ്പാട്ടങ്ങളില്ലാത്ത വീട്   18

ജ്വരവൈറസുകൾ   23

ഓർമകളുടെ ജാലകം   30

കുടിയിറക്കപ്പെട്ടവരുടെ കാഫിലകൾ   37

വൃദ്ധരുടെ നഗരം   42

മൂഷികപുരാണം   47

രക്തസാക്ഷികൾ   54

ഇരുട്ടുവീണ വഴികൾ   60

സൈക്കിളിലെ കളികൾ   67

കഥയ്ക്കിടയിലെ ജീവിതം   69

വാർത്താവിഭവം   75

പരകായം   82

സമർപ്പണം

ഒരു എഴുത്തുകാരനായി
കാണാൻ മോഹിച്ച് വായനയുടെ ലോകത്തേക്ക്
എന്നെ കൂട്ടിക്കൊണ്ടുപോയ ഒരമ്മയ്ക്ക്.

പ്രസാധകക്കുറിപ്പ്

പ്രവാസിയായ ഒരെഴുത്തുകാരന്റെ കഥാസമാഹാര
മാണിത്. എഴുത്തിലും ജീവിതത്തിലും മണലാരണ്യം
നിറഞ്ഞു നില്ക്കുന്ന ഇതിലെ രചനകള്‍ വ്യത്യസ്തമായ
അനുഭവപ്രപഞ്ചത്തെയാണ് ആവിഷ്കരിക്കുന്നത്. നാട്ടില്‍
നിന്ന് മറുനാട്ടിലേക്ക് ഗൃഹാതുരതയോടെ നോക്കുന്ന
ക്ലീഷേ ആഖ്യാനങ്ങള്‍ക്കപ്പുറം കരുത്തുള്ള രചനകളാണ്
ഹക്കിം ചോലയില്‍ എന്ന എഴുത്തുകാരനെ ശ്രദ്ധേയ
നാക്കുന്നത്. നാടിനെയും മറുനാടിനെയും കഥകളില്‍
സാക്ഷ്യപ്പെടുത്തുന്ന ഈ എഴുത്തുകാരന്റെ രചനകള്‍
സഹൃദയ ലോകം സ്വീകരിക്കുമെന്ന് പ്രത്യാശിക്കുന്നു.

ചിന്ത പബ്ലിഷേഴ്സ്

അവതാരിക

പ്രവാസിയുടെ മുറിവുകൾ
പി സുരേന്ദ്രൻ

മലയാളത്തിലെ പ്രവാസി എഴുത്തുകാർ കേരളത്തിലെ മുഖ്യധാരാ സാഹിത്യമണ്ഡലത്തിൽ വളരെയെന്നും ചർച്ചചെയ്യപ്പെടാറില്ല. മലയാള സാഹിത്യത്തെ ഏറ്റവും സൂക്ഷ്മമായി വായിക്കുന്നത് അവരാണെന്നും ഭാഷയെ നെഞ്ചിലേറ്റുന്ന തെളിമ അവർക്കുണ്ടെന്നും നമുക്കറിയാം. എന്നിട്ടും നാമവരെ അർഹിക്കുന്ന വിധം പരിഗണിച്ചില്ല. കേരളത്തിൽ നിന്നുള്ള മലയാള പ്രസിദ്ധീകരണങ്ങളിൽ വളരെ വിരളമായേ അവർക്ക് ഇടം കിട്ടാറുള്ളൂ. ഗൾഫ് രാജ്യങ്ങളിലെ മലയാള പത്രമാസികകളിൽ നിറഞ്ഞുനിൽക്കുന്ന ഭൂരിഭാഗം എഴുത്തുകാരും കേരളത്തിൽ അപരിചി തരായി നിലനിൽക്കുന്നു.

മലയാളിയുടെ ഭാവനയെ വികസിപ്പിക്കുന്നതിലും കേരളത്തിന് പരി ചിതമല്ലാത്ത അനുഭവലോകം സമ്മാനിക്കുന്നതിലും പ്രവാസി എഴുത്തു കാർ വലിയ സംഭാവന നൽകിയിട്ടുണ്ട്. നിളയ്ക്കും പെരിയാറിനും പമ്പ യ്ക്കും അപ്പുറത്ത് നദികളുണ്ടെന്നും ഹരിതാഭകൾക്കപ്പുറം മരുഭൂ മികളുണ്ടെന്നും വയൽവരമ്പിലൂടെ കാളകൾ സഞ്ചരിക്കുന്നതിന്റെ മനോ ഹാരിതപോലെ തന്നെയാണ് മരുക്കാട്ടിലൂടെയുള്ള ഒട്ടകസഞ്ചാരമെന്നും നമ്മെ ബോധ്യപ്പെടുത്തിയത് പ്രവാസി എഴുത്തുകാരാണ്. കേരളത്തിൽ നിന്ന് ഒരെഴുത്തുകാരൻ സൗദി അറേബ്യയിലേക്ക് പോയില്ലായിരുന്നു വെങ്കിൽ *ആടുജീവിതം* (ബെന്യാമിൻ) പോലൊരു നോവൽ നമുക്ക് ലഭി ക്കില്ലായിരുന്നു. മരുഭൂമിയുടെ ആഴവും പരപ്പും തീവ്രമായി നമ്മെ അനു ഭവിപ്പിച്ചത് ഗൾഫ് രാജ്യങ്ങളിൽ അലയുകയും പാർക്കുകയും ചെയ്യുന്ന എഴുത്തുകാരാണ്. ഹക്കിം ചോലയിൽ എന്ന പ്രവാസി എഴുത്തുകാരന്റെ *കുടിയിറക്കപ്പെട്ടവരുടെ കാഫിലകൾ* എന്ന കഥ കേരളത്തിൽ ജീവിച്ചു കൊണ്ട് എഴുതാവുന്ന രചനയല്ല. മരുഭൂമിയെക്കുറിച്ചുള്ള അനേകം

ബിംബ കൽപ്പനകൾ നിറഞ്ഞ കഥയാണത്.

മരുഭൂമി, പ്രേതസിനിമകളുടെ സെറ്റുപോലെയാണെന്ന് ഒരിക്കൽ അബു പറഞ്ഞത് ഞാൻ ഓർത്തു. അവയ്ക്ക് നിയതമായ രൂപമില്ല. രൂപമാറ്റങ്ങളിലൂടെ അവ നിരന്തരമായി നമ്മെ പേടിപ്പിച്ചുകൊണ്ടിരിക്കും. കാറ്റ് ചിലപ്പോൾ ഞൊടിയിടയിൽ വലിയൊരു കോട്ട പണിത് നമ്മെ അതിനകത്താക്കും. രക്ഷപ്പെടാൻ വാതിൽപോലുമുണ്ടാവില്ല.

മരുഭൂമിയുടെ വിജനതയിൽ മണിക്കൂറുകൾ മാത്രം പ്രായമായ മണൽക്കുനയ്ക്ക് മുകളിൽ കുത്തിയിരുന്ന് ബീഡി വലിക്കുന്ന അബു വിന്റെ ചിത്രമുണ്ട് ഈ കഥയിൽ. മരുഭൂമിയിൽ മാറിമാറി മണൽക്കുന കൾ പ്രത്യക്ഷപ്പെടുന്നതുപോലെ അനിശ്ചിതത്വം നിറഞ്ഞ ഒരു പ്രവാസ ജീവിതമുണ്ട്. പല കഥകളിലും പ്രവാസജീവിതത്തിന്റെ മുറിപ്പാടുക ളുണ്ട്.

പൊതുവെ മനുഷ്യബന്ധങ്ങളാണ് ഹക്കീമിന്റെ വിഷയം. പ്രണ യവും കുടുംബജീവിതവും ദുരൂഹമായ സർപ്പിളതകളിലൂടെ കടന്നു പോകുന്നത് ഹക്കീമിനെ ആകുലപ്പെടുത്തുന്നത് പല കഥകളിലും കാ ണാം. പരസ്പരം അടുത്തുനിൽക്കാനും ആലിംഗനബദ്ധരാവാനും പ്രേരി പ്പിക്കുന്ന പ്രണയം തന്നെ വളരെ പെട്ടെന്ന് വെറുപ്പായി പരിണമിക്കുന്നു.

മനുഷ്യജീവിതത്തിന്റെ വൃദ്ധിക്ഷയങ്ങളെക്കുറിച്ചുള്ള ഉള്ളുപൊള്ളി ക്കുന്ന ആകുലതയിൽ നിന്നാണ് വൃദ്ധരുടെ നഗരം പോലുള്ള കഥകൾ പിറക്കുക. വാർധക്യം എന്ന മെറ്റഫർ ഉപയോഗിച്ചുകൊണ്ട് മനുഷ്യന്റെ ഏകാകിത ആവിഷ്കരിക്കുന്ന കഥയാണിത്.

ഈ കഥാസമാഹാരത്തിലെ മറ്റു കഥകളുടെ സ്വരഘടനയിൽനിന്ന് മാറിനിൽക്കുന്ന രചനയാണ് *രക്തസാക്ഷികൾ.* രാഷ്ട്രീയ മാനമുള്ള ആർജ്ജ വമുള്ള കഥയാണിത്. റെഫ്യൂജി ക്യാമ്പ് എന്നത് ലോകത്തെവിടെയും സംഭവിക്കുന്ന യാഥാർഥ്യമാണ്. അഭയാർഥികളാവാൻ വിധിക്കപ്പെടുന്ന വരുടെ പലായനങ്ങളും വിലാപങ്ങളും നാം നിരന്തരം കേട്ടുകൊണ്ടിരി ക്കുന്നു. ഒരിക്കൽ അഭയാർഥികളായവർക്ക് പിന്നീടൊരിക്കലും ജീവിത ത്തിലേക്കൊരു തിരിച്ചുപോക്കില്ല എന്ന് ഹക്കിം എഴുതുമ്പോൾ അഭയാർ ഥിക്യാമ്പുകൾ തീർക്കുന്ന മുറിപ്പാടുകളുടെ ആഴം നാം തിരിച്ചറിയും.

പ്രമേയത്തെക്കാളേറെ ആവിഷ്കാരത്തിന് പ്രാധാന്യം നൽകുന്ന കഥാകാരനാണ് ഹക്കിം. അനേകം വാക്യപുഷ്പങ്ങൾനിറഞ്ഞ കഥക ളാണ് പലതും. രചനാഭംഗികൊണ്ട് ഈ കഥകൾ അനുഗ്രഹിക്കപ്പെട്ടിരി ക്കുന്നു.

കഥയുടെ വഴി

ഒരിക്കൽ,

അപരിചിതനായ ഒരു മനുഷ്യൻ വരുന്നു. സ്വയം പരിചയപ്പെടു ത്തുന്നു. ജീവിതത്തിൽ നേരിടേണ്ടിവന്ന കൊടും ദുരന്തങ്ങൾ പറയുന്നു. ഒടുവിൽ ഇത്രയും കൂട്ടിച്ചേർക്കുന്നു. എന്നെങ്കിലും സമയം കിട്ടിയാൽ എന്റെ കഥകൂടി എഴുതണം. ഒന്നിനും വേണ്ടിയല്ല. അത് ആരെയെങ്കിലും ചിന്തിപ്പിക്കുമെങ്കിൽ, സന്തോഷിപ്പിക്കുമെങ്കിൽ അല്ലെങ്കിൽ ദുഃഖിപ്പിക്കു മെങ്കിൽ ഞാൻ ധന്യനായി. കറുത്ത മുഖത്തോടെ ഒരു പരുക്കൻ മനുഷ്യൻ. പിന്നീട് ഞാനയാളെ കാണുന്നില്ല. അയാളുടെ കഥ എഴുതാൻ എനിക്ക് കഴിയുന്നുമില്ല. എങ്കിലും ഒന്നുറപ്പാണ്. ചിലർക്കുവേണ്ടിയെങ്കിലും നമുക്ക് ചിലത് എഴുതാതിരിക്കാനാവില്ല. ഇതിനിടയിൽ വിശാലമനസ്ക രായ ആളുകൾ നമ്മുടെ വഴികളിൽ പൂക്കൾ വിതറും. ശ്രീ. പി സുരേന്ദ്രനും എ പി അഹമ്മദും ശ്രീ. അശോക് കുമാറും പിന്നെ, പുതു എഴുത്തു കാരെ നിറഞ്ഞ മനസ്സോടെ പ്രോത്സാഹിപ്പിക്കാൻമാത്രം കരുണ ഉള്ളിൽ സൂക്ഷിക്കുന്ന പത്രാധിപരും.

നന്ദി എന്ന വാക്കിൽ ഒതുക്കാവുന്നതല്ല അവരോടുള്ള കടപ്പാടുകൾ. എങ്കിലും നന്ദി; എന്നെ വായിക്കുന്ന എല്ലാവർക്കും...

സ്നേഹത്തോടെ
ഹക്കിം ചോലയിൽ

റോസാപ്പൂക്കളുടെ യുദ്ധം

ഒരു മരണവാർത്ത, ജീവിച്ചിരിക്കുന്നുവെന്ന നിരർഥകത സൃഷ്ടി ക്കുന്ന ഏകാന്തതയാൽ ഭയപ്പെടുത്തിയും അപായസൂചന നൽകിയും ഒരാലസ്യത്തിന്റെ നീരാളിക്കൈകളിൽനിന്നും പൊടുന്നനെ ഞെട്ടിയു ണർത്തും. കൊടുങ്കാറ്റിൽ, തകർന്നു തരിപ്പണമായ ഒരു ഗ്രാമത്തിലെ ഊടുവഴികളിൽ നിന്നുണരുന്ന നിലവിളിപോലെയാണ് അതു വിളിച്ചു ണർത്തുക. ഫോൺ ഇരുചെവിയിലും മാറ്റിമാറ്റിവച്ച് വാർത്തയുടെ വിശ്വാ സ്യതയിലേക്ക് പതുക്കെ നടന്നടുക്കുകയായിരുന്നു അയാൾ.

സുഹൃത്തുക്കളുടെ മരണം മുമ്പും സ്വപ്നത്തിൽ വിഭ്രാന്തിയുണ്ടാ ക്കിയിരുന്നതിനാൽ രാജീവന്റെ മരണത്തെ ഉൾക്കൊള്ളുവാൻ സമയം ഏറെ വേണ്ടിവന്നു.

കഴിഞ്ഞ രാത്രിയിൽ നിയാദ് ഷാന്റെ വിശാലമായ തൊടികയിൽ, ഈന്തപ്പനയുടെ പട്ടകൾ ഇടയ്ക്കിടെ വിടർത്തിയിടുന്ന നിഴലുകൾക്ക് താഴെ വൈൻ നുണഞ്ഞുകൊണ്ടിരുന്നപ്പോൾ രാജീവൻ വളരെ ഉന്മേഷ വാനായിരുന്നു. എല്ലാ ഉല്ലാസങ്ങൾക്കുമേലെയും ആകാശച്ചെരുവിലൂടെ ആരെയോ ലക്ഷ്യമിട്ടു പറക്കുന്ന പോർവിമാനങ്ങളുടെ നിഴലുകൾ അശാന്തി പരത്തിയിരുന്നതിനാൽ ആഘോഷവേളകൾ അനുഷ്ഠാനക ലകളുടെ വിരസതയാണുണ്ടാക്കിയിരുന്നത്.

പ്രോജക്ട് മാനേജർ രാജിവെച്ച ഒഴിവിലേക്ക് രാജീവന് സ്ഥാനക്ക യറ്റം കിട്ടിയത് അടുത്ത കാലത്താണ്. സന്തോഷ നിമിഷങ്ങൾ പങ്കുവെ ക്കാനും നീറിപ്പുകയുന്ന ഒരു സായന്തനത്തെ സൗഹൃദങ്ങളിൽ കുരു ക്കിയിട്ട് ആശ്വസിക്കാനുമെത്തിയതായിരുന്നു അവൻ. വളരെ നാളുകൾക്ക് ശേഷമുള്ള ഒരു ഒത്തുകൂടലായിരുന്നു അത്. യുദ്ധം തുടങ്ങിയതിനു ശേഷം കുടിക്കാഴ്ചകൾ പരമാവധി ഒഴിവാക്കി ഭീതിയുടെ തടവിൽ കഴി

ഞ്ഞുകൂടാൻ എല്ലാവരും വ്യഗ്രത കാണിച്ചിരുന്നു. ആകാശപ്പുരപ്പിലെ ധൂമ പടലങ്ങളും പോർവിമാനങ്ങളുടെ മുരൾച്ചയും ഒഴിഞ്ഞ നിരത്തുകളിലെ റബർ കത്തിയെരിയുന്ന ദുർഗന്ധവും പ്രാചീനമായ ഒരു നഗരത്തിലേക്ക് നാടുകടത്തപ്പെട്ടവന്റെ സ്തോഭങ്ങളുമായി എല്ലാവരേയും വീട്ടിൽത്തന്നെ പിടിച്ചിരുത്തുന്നതുമായിരുന്നു.

അയാൾ മുറി പൂട്ടി പുറത്തേക്കിറങ്ങി. പെട്ടെന്നൊരുനാൾ ശിരോവ സ്ത്രമണിഞ്ഞപോലെ പുകമറയ്ക്കുള്ളിലകപ്പെട്ട നഗരം വെടിയേറ്റ ഒരു പട്ടാളക്കാരനെപ്പോലെ ദൈന്യതയോടെ ഇഴഞ്ഞു. അത്യുഗ്രമായൊരു ഇടിമിന്നലിൽ ബാഗ്ദാദ് ദൂരെ കാലഹരണപ്പെട്ടൊരു സംസ്കാരത്തിന്റെ പ്രതീകമായി നിലകൊണ്ടു. ആകാശചുംബികളായ ഗോപുരങ്ങൾ ധൂമ പടലങ്ങളിൽ കരുവാളിച്ചിരുന്നു. ടൈഗ്രീസിനു മുകളിൽ എണ്ണക്കിണറു കൾ എരിഞ്ഞുതീരുന്നതിന്റെ അവശിഷ്ടങ്ങൾ കറുത്തു കിടന്നു. ഇട യ്ക്കിടെ കവചിത വാഹനങ്ങളിൽ പട്ടാളക്കാരും ആംബുലൻസുകളിൽ മുറിവേറ്റവരും നഗരത്തെ വലം വെച്ചു. ആകാശം എല്ലാ യുദ്ധകാല ത്തെയുംപോലെ കാർമേഘങ്ങളുടെയും ധൂമപടലങ്ങളുടെയും മഞ്ഞി ന്റെയും അടരുകളെ പുണർന്നു ഭയത്തെ അധികരിപ്പിച്ച് ഇരുൾ പരത്തി നിന്നു.

ആദ്യമായി രാജീവൻ തന്റെ ഫ്ളാറ്റിന് മുന്നിൽ ഒരു കട്ടിലിടാനുള്ള ഇടം അന്വേഷിച്ചെത്തിയതും നാലു ചുവരുകളുടെ ഏകാന്തതയിലൂടെ അഞ്ചാറ് വർഷങ്ങളെ അലിയിച്ചു കളഞ്ഞതും ഒരു സുഹൃത്തുവഴി പഴ യതിലേറെ മെച്ചപ്പെട്ട ജോലി ശരിപ്പെടുത്തി കുടുംബവുമായി താമസം മാറിയതും ഓർത്തുകൊണ്ട് അവന്റെ ഫ്ളാറ്റിലേക്കുള്ള പിരിയൽ ഗോവ ണിയുടെ അരികിൽ ഒരുനിമിഷം നിന്നു. മഞ്ഞചായമടിച്ച ലിഫ്റ്റിനെ പൊതിഞ്ഞു കമ്പിയഴികളിൽ നോട്ട് വർക്കിങ് എന്ന ബോർഡ് അപ്പോഴും നിസ്സംഗതയോടെ തൂങ്ങിക്കിടന്നിരുന്നു.

മരണവീട്ടിലേക്ക് കയറിയപ്പോൾ ആദ്യമായി കണ്ടത് ഭിത്തിയിൽ ചാരി രജനി തളർന്നിരിക്കുന്നതാണ്. അവൾ കരയുകയായിരുന്നില്ല. നെടു വീർപ്പുകളുതിർത്ത് പഴയ കാലങ്ങളിൽ വ്യാപരിക്കുകയായിരിക്കണം. അഴിഞ്ഞുലഞ്ഞ മുടിയും വിളറിവെളുത്ത മുഖവും ആരോ കാർക്കശ്യ ത്തോടെ തുടച്ചുകളഞ്ഞ സീമന്തവും ഒരു എണ്ണച്ചായാ ചിത്രത്തിന്റെ നിർവികാരതയോടെ അവളെ അപരിചിതയാക്കി മാറ്റിയിരുന്നു. മകൾ അമ്മയുടെ മടിയിൽ തലവെച്ചാണ് കിടക്കുന്നത്. തൊട്ടരികിൽ ദാമോദ രനും വാസുദേവനും മുമ്പൊന്നും കണ്ടിട്ടില്ലാത്ത ഒരു മധ്യവയസ്കനും.

ബോഡി ഇതുവരെ എത്തിയിട്ടില്ല. ജോസഫും മുഹമ്മദും ആസ്പ ത്രിയിലാണ്. സാറും കൂടി ഒന്നവിടം വരെ പോയാൽ...................

ദാമോദരൻ അടുത്തേക്ക് വന്ന് അയാളോട് പറഞ്ഞു.

ജീവിതത്തിലെ ഏറ്റവും മടുപ്പുളവാക്കുന്ന അന്തരീക്ഷമേതെന്ന ചോദ്യത്തിന് ആശുപത്രികളാണെന്ന് രാജീവ് ഉത്തരം പറയും. മനു

ഷ്യത്വം ചവിട്ടിയരയ്ക്കപ്പെട്ട ആലംബരഹിതരായ അസംഖ്യം മനുഷ്യ രുടെ യാതനകളുടെ ലോകമാണത്. വൃത്തിഹീനവും കാരുണ്യരഹിത വുമായ നെടുങ്കൺ വാർഡുകളിൽ നിലവിളികൾ ഉടവാളിന്റെ മൂർച്ചയോടെ ഉയർന്നു കേൾക്കാമായിരുന്നു.

ജനക്കൂട്ടത്തെ ചുറ്റി തെക്കേ കോണിലെ പ്രവേശന കവാടത്തിലെ ത്തിയപ്പോൾ മുഹമ്മദ്, വിരസതയെ ആരോ ചവച്ചു തുപ്പിയ ബബിൾഗ ത്തിന്റെ അവശിഷ്ടങ്ങളെ തുത്തുകളഞ്ഞു അയാൾക്കരികിലേക്ക് വന്നു. ചടുലമായ കാൽവെയ്പ്പുകളോടെ രണ്ടു സിസ്റ്റർമാർ കൈകളിൽ ട്രേയു മായി അവർക്കിടയിലൂടെ തിരക്കിട്ട് ഓടിപ്പോയി.

ഫോർമാലിറ്റീസൊന്നും ഇതുവരെ തീർന്നില്ല. ഡാനിയേലും ഫ്രാൻ സിസും അകത്തുണ്ട്."

മുഹമ്മദ് പറഞ്ഞു.

അയാളെ കണ്ടാവണം ഫ്രാൻസിസും ഡാനിയേലും കൂറ്റൻ ഗ്ലാസ് ഡോർ തള്ളിത്തുറന്ന് ലാബിൽ നിന്നിറങ്ങി വന്നു. വാതിലിനരികിൽ മല യാളിയായ ഒരു നേഴ്സിന്റെ മുഖം കാർമേഘങ്ങൾക്കിടയിൽ തെളിയുന്ന ചന്ദ്രക്കലയോളം വിളറി. ഡാനിയലിന്റെ മുഖത്തെ നനുത്ത ചിരിയും സാഹചര്യം അനാവശ്യമാക്കിയ ശൃംഗാരഭാവവും അയാളെ അന്നേരം അസ്വസ്ഥനാക്കി. അകത്തെ തണുത്തുറഞ്ഞ പെട്ടികളിലൊന്നിൽ മര വിച്ച് കിടക്കുന്നത് ആർക്കും പൊടുന്നനെ വന്നു ചേരാവുന്ന വിധിയുടെ ക്രൂരതയാണെന്ന് ആരും ചിന്തിക്കാത്തതെന്ത്?

ഉൾക്കൊള്ളാവുന്നതിലധികം രോഗികൾ നിറഞ്ഞിരുന്നു, എല്ലാ വാർഡുകളിലും. വേദനയുടെയും കരച്ചിലിന്റെയും ഉഷ്ണം പൊതിഞ്ഞു നിൽക്കുന്ന അന്തരീക്ഷം. എങ്ങും ശവശരീരങ്ങളുടെ ഉളുമ്പു ഗന്ധം. ചോരയും കണ്ണീരുമൊപ്പി നടന്നുപോകുന്ന അരിപ്രാവുകളുടെ വേപഥു പൂണ്ട മുഖങ്ങൾ. കൈമുറിച്ചു മാറ്റപ്പെട്ട ഒരു ബാലനെ ചുമലിലേറ്റി നിൽക്കുന്ന വൃദ്ധന്റെ ദൃശ്യം യുദ്ധക്കാഴ്ചകളിലെപ്പോഴോ മനസിൽ കുരുങ്ങി നിന്ന ഒരു കുഞ്ഞിന്റെ മാത്രമല്ല, കഴിഞ്ഞ രാത്രി ഇരുട്ടു വീണു കിടക്കുന്ന മുറിയിൽ മെഴുകുതിരി കത്തിച്ചുവെച്ചു ബ്രയാൻ കരയുന്ന ചിത്രവും മനസിലേക്ക് കൊണ്ടു വന്നു.

ക്യാമ്പിൽ അന്ന് പൊതുവെ സന്തോഷത്തിന്റെ അന്തരീക്ഷമായി രുന്നു. തലയ്ക്ക് ഏറ്റവും കൂടുതൽ വില നിശ്ചയിക്കപ്പെട്ട സ്വേച്ഛാതി പധി സൈന്യത്തിന്റെ വരുതിയിലായ, ചരിത്രത്തിന് ഒരിക്കലും വഴങ്ങാ തിരുന്ന ഒരു യുദ്ധത്തിന്റെ പരിണാമ ഗുപ്തിയുടെ ആഹ്ലാദകരമായ നിമി ഷങ്ങൾ. സമാധാനത്തിനുവേണ്ടി പ്രഖ്യാപിക്കപ്പെട്ട യുദ്ധം ലോകത്തെ മുഴുവൻ ഒരു ഗ്രഹണിപോലെ വിഴുങ്ങുമോയെന്ന ഭയത്തിനൊടുവിലാണ് ഒളിച്ചോടിയ ശത്രുവിനെ സൈന്യം വരുതിയിലാക്കിയത്. ആദ്യവാർത്ത യിൽ തോന്നിയ സന്തോഷം അധികനേരം നിലനിൽക്കുന്ന ഒന്നായിരു ന്നില്ല. വലത്തെ കണ്ണിന് താഴെ പൊട്ടിയൊലിക്കുന്ന വ്രണവുമായി താടി

നീട്ടി വളർത്തിയ ആ മുഖം, ചരിത്രം പതിച്ചു നൽകിയ എല്ലാ വിശേഷ ണങ്ങളെയും നിരാകരിച്ചു.

രാത്രി വിജയാഘോഷ വേദിയിൽനിന്ന് രക്ഷപ്പെട്ട് മുറിയിൽ തിരി ച്ചെത്തുമ്പോൾ അടുത്ത മുറിയുടെ വാതിൽ പാതി തുറന്നു കിടക്കുന്നത് കണ്ടു. പൊടുന്നനെ അന്നത്തെ ഷാംപെയിനുകളും മദാലസകളായ തരു ണീമണികളുടെ നുരയുന്ന മാംസളതയും ചിയേഴ്സ് പറഞ്ഞ വേദിയി ലൊന്നും റിക്കീമാർട്ടിന്റെ ഗാനങ്ങൾ മുളിക്കൊണ്ട് ബ്രയാൻ ഉണ്ടായിരു ന്നില്ലല്ലോയെന്ന് ഓർമിച്ചു.

മുറിയിലെ മുനിഞ്ഞു കത്തുന്ന മെഴുകുതിരിയുടെ സമീപം മുട്ടു കുത്തിയ ബ്രയാൻ കരയുകയാണ്. പുറത്തെ ആഘോഷങ്ങളെ അവഗ ണിച്ച് അകത്തൊരാൾ കരയുന്നതിലെ യുക്തി, ഒരേ സമയം ആശ്ചര്യ പ്പെടുത്തുകയും ആശങ്കപ്പെടുത്തുകയും ചെയ്തു. ബ്രയാൻ പെട്ടെന്ന് എണീറ്റു. അവന്റെ മുഖം പ്രേതബാധയേറ്റപോലെ വിളറി വെളുത്തി രുന്നു.

"മാധവനെന്നെ തെറ്റിദ്ധരിക്കരുത്. ആരെങ്കിലും കണ്ടാലെന്നെ......."
ഗദ്ഗദത്തിനിടയിലൂടെ അവന്റെ സ്വരം കണ്ണീരുപോലെ ഒലിച്ചു.
"നിനക്കെന്താണ് സംഭവിച്ചത് ബ്രയാൻ?"
"എനിക്ക് ജനിക്കാനിരിക്കുന്ന കുട്ടികളുടെ മുഴുവൻ ശാപവും ഇന്നെന്റെ തലയിൽ വീണു മാധവൻ. ഒരു ഏഴുവയസുകാരൻ. ക്രിസ്റ്റിനു നേരെ അവൻ ചൂണ്ടിയിരുന്ന അവന്റെ തോക്കിൽനിന്നും ലക്ഷ്യം തെറ്റിയ ആ ബുള്ളറ്റ് അവന്റെ പ്രാണൻ പിടയുന്ന അലർച്ചയോടൊപ്പം എന്റെ നെഞ്ചിൽ തറച്ചിരുന്നെങ്കിൽ എന്നു ഞാനാഗ്രഹിച്ചു. സത്യം."

"ഡോണ്ട് ബി സില്ലി മാൻ. ബിഹേവ് യുവർസ്സെൽഫ്.........."
"പക്ഷേ മാധവൻ, മുഖത്തു തറച്ചുപോയ അവന്റെ കണ്ണുകൾ ദാ ഇപ്പോഴും എന്നെ പിൻതുടരുകയാണ്. എനിക്കതിൽ നിന്ന് എങ്ങനെ മോചിതനാവാൻ കഴിയും?"

ഇത്തവണ അവന്റെ സ്ത്രൈണമായ ചുണ്ടുകൾക്കിടയിലൂടെ ഒരു കരച്ചിലിന്റെ ചീള് പുറത്തേക്ക് കപ്പി. ആശ്വാസവാക്കുകൾക്ക് അലിയി ക്കുവാൻ കഴിയുന്നതായിരുന്നില്ല, അവന്റെ സങ്കടങ്ങൾ. നിലയ്ക്കാത്ത കരച്ചിലിനൊടുവിൽ മെഴുകുതിരിനാളം ചാരിയ വാതിൽപ്പഴുതിൽ അണ യുന്നതുവരെ പുറത്ത് കാവലിരിക്കുകയായിരുന്നു, അവന്റെ വിലാപത്തെ ആരും ഒറ്റുകൊടുക്കാതിരിക്കാൻ.

വിലകുറഞ്ഞ വെള്ളത്തുണിയിൽ പൊതിഞ്ഞുകെട്ടിയ ശരീരം ആംബുലൻസിലേക്ക് എടുത്തുവെച്ചപ്പോൾ വിതുമ്പികരഞ്ഞത് ഡാനി യൽ മാത്രമായിരുന്നു. അപ്രതീക്ഷിതമായി കണ്ടുമുട്ടിയ മരണം രാജീ വന്റെ മുഖത്തെ, യുദ്ധത്തിന് അന്തസ്സു നൽകാനെന്നോണം, വികൃതമാ ക്കിയിരുന്നു.

ആസ്പത്രിയിൽനിന്ന് രാജീവന്റെ ഫ്ളാറ്റിലേക്ക് മൂന്നു കിലോമീ

റ്റർ ദൂരമേയുണ്ടായിരുന്നുള്ളൂ. എങ്കിലും ആംബുലൻസിനുള്ളിലെ ഘന സാന്ദ്രമായ മൗനം ആ ദൂരത്തെ ഇരട്ടിയാക്കുന്നപോലെ തോന്നിച്ചു. റോഡു മിക്കവാറും വിജനമായിരുന്നു. വലിയ പുകച്ചുരുളുകൾക്കിടയിൽ നിന്നു പുറത്തുവന്നപോലെ ആംബുലൻസിൽ നിന്ന് പുറത്തേക്ക് ഇറ ങ്ങിയപ്പോൾ ഫ്ളാറ്റിനു മുമ്പിൽ തടിച്ചുകൂടിയ ആൾക്കൂട്ടം വാഹനത്തിനു ചുറ്റും കൂടി.

അധികനേരം ആർക്കും അവിടെ നിൽക്കുവാനാകുമായിരുന്നില്ല. മരണം എപ്പോഴും വേണ്ടപ്പെട്ടവരുടെ നഷ്ടത്തിന്റെ ശൂന്യതയെ പെരു പ്പിക്കുന്നു. അടുത്ത ഇരയെത്തേടി ഇരുളിൽ മരണം പതുങ്ങി നിൽപ്പു ണ്ടെന്നു തോന്നി. കല്ലിച്ച മുഖഭാവത്തോടെ നിൽക്കുന്ന കൂട്ടുകാരോട് യാത്രപറഞ്ഞ് പെട്ടെന്ന് പുറത്തിറങ്ങിയെങ്കിലും ക്യാമ്പിലേക്ക് മടങ്ങി പ്പോകാൻ തോന്നിയില്ല. യുദ്ധവാർത്തകളുടെയും അതൊടുങ്ങുമ്പോൾ ഉയരുന്ന ഗൃഹാതുരതയുടെയും പുകയുന്ന ഒരു ലോകമാണ് ക്യാമ്പെന്ന് ആദ്യത്തെ ദിവസംതന്നെ ബോധ്യമായി. എഡ്വിൻ റിസൈൻ ചെയ്ത് കുടുംബവുമായി നാട്ടിലേക്ക് മടങ്ങുമ്പോൾ സൈനിക ക്യാമ്പിന്റെ ചുമ തല തനിക്കാണ് പതിച്ചുകിട്ടുകയെന്ന് വിചാരിച്ചിരുന്നില്ല. പലരും പല കാരണങ്ങൾ നിരത്തി ഒഴിഞ്ഞുമാറാൻ ശ്രമിച്ചപ്പോഴാവട്ടെ രക്ഷപ്പെടാൻ തോന്നിയതുമില്ല.

ഒറ്റപ്പെട്ട ജീവിതത്തിന്റെ വിരസതയിൽനിന്ന് കുറച്ചു നാളത്തേക്ക് ഒരു മോചനം ആഗ്രഹിച്ചു. അതാവട്ടെ എത്രനാൾ നീണ്ടു നിൽക്കുമെന്ന് തീർച്ചയില്ലാത്ത, അപ്രതീക്ഷിതമായി കടന്നുവരുന്ന തീജ്ജ്വാലകളിൽ ജീവിതം വെന്തെരിയുന്ന ഒരു നിമിഷത്തിലേക്കുള്ള ചെറിയൊരു ദൂര മാണ്.

ക്യാമ്പിലെത്തുമ്പോൾ വെളിച്ചം കെട്ടുപോയിരുന്നു. പതിവുപോലെ ആരെയും പുറത്തു കണ്ടില്ല. മരണം നടക്കുമ്പോഴാണ് ക്യാമ്പ് ഇങ്ങനെ മൂകതയിലേക്ക് കുപ്പുകുത്തി വീഴുക. ഷാംപെയിനുകളെയും അശ്ലീലം കലർന്ന തമാശകളെയും പൊതിഞ്ഞ രാത്രികൾക്ക് മീതെ അന്ന് മരണം കനം തൂങ്ങി നിൽക്കും. ചിരിക്കുവാനനുവദിക്കാതെ, നെടുവീർപ്പുകളുടെ ഉലയിൽ ചിന്തകളെ ഊതിപ്പെരുപ്പിച്ചുകൊണ്ട്.

വെള്ള വസ്ത്രങ്ങൾക്കുള്ളിൽ ഒരു മാലാഖയുടെ നിഷ്കളങ്കതയോ ടെയാണ് ബ്രയാൻ കിടന്നിരുന്നത്. തൊണ്ടയ്ക്കുള്ളിൽ കഫംപോലെ തിങ്ങിവീർത്ത കരച്ചിൽ കടിച്ചമർത്താനാവാതെ പുറത്തേക്കിറങ്ങി. മണ ലിൽ പുഴ്ന്നു കിടക്കുന്ന ആയുധങ്ങളുടെ തുമ്പുകളിൽ മരണം ഊഴം കാത്തു നെടുവീർപ്പിടുകയാണെന്ന് പറഞ്ഞ് ഒരിക്കൽ ബ്രയാൻ ചിരിച്ച തായിരുന്നു മനസിൽ.

റിക്കിമാർട്ടിന്റെ ഗാനങ്ങളാൽ ക്യാമ്പംഗങ്ങളുടെ ഹൃദയമുറിവുക ളും വ്യാകുലതകളും മായ്ക്കുവാൻ കൊതിച്ച ബ്രയാൻ. മനസിൽ നന്മ യുടെ അംശങ്ങൾ മാത്രം അവനെന്നും കെടാതെ സൂക്ഷിച്ചു. അവന്റെ

എട്ടാമത്തെ വയസിൽ വേർപിരിഞ്ഞ മാതാപിതാക്കളെ ഒന്നിപ്പിക്കാൻ അവർക്ക് നിരന്തരം കത്തുകളെഴുതി.

ട്രക്കു നിർത്തി കോക്ക് കുടിക്കുമ്പോഴാണ് അപകടമുണ്ടായതെന്ന് കൂടെയുണ്ടായിരുന്ന ചാൾസ് പറഞ്ഞു. മൈക്കിൾ പറഞ്ഞ തമാശയിൽ മതിമറന്നു ചിരിക്കുന്നതിനിടയിൽ മുന്നിലേക്ക് ഇരച്ചുവന്ന ഒരു സംഘം ആളുകളുടെ പെട്ടെന്നുള്ള ആക്രമണം ആരും പ്രതീക്ഷിച്ചിരുന്നില്ല. എന്നാൽ ബ്രയാനിനെ കൂടാതെ മൈക്കിളിന്റെ തോളെല്ലിനെ ചിതറിച്ച ഒരു ഷെല്ലാക്രമണത്തിൽനിന്നും മറ്റു നഷ്ടങ്ങൾ കൂടാതെ രക്ഷപ്പെടു വാൻ അവർക്കു കഴിഞ്ഞു.

രാത്രി, ഉറക്കം കൂടൊഴിഞ്ഞുപോയ മിഴികൾ മച്ചിലേക്ക് നട്ടുകൊണ്ട് കിടന്നു. ബ്രയാന്റെ കരയുന്ന മുഖം മനസിൽനിന്ന് കുടഞ്ഞെറിയുവാൻ കഴിഞ്ഞില്ല. ഇരുട്ട് അമർന്നു കിടക്കുന്ന വരാന്തയിൽ അവന്റെ നിശ്വാസ ങ്ങൾ ഞെരിഞ്ഞമരുന്നപോലെ.

ബ്രയാന്റെ മുറിയിൽ അവന്റെ സാന്നിധ്യം അപ്പോഴുമുണ്ടെന്ന് തോന്നി. അവന്റെ സാധനങ്ങളിൽ പലതും അവിടെ നിന്നും നീക്കം ചെയ് തിരുന്നു. നാളത്തെ ഫ്ളൈറ്റിൽ അവന്റെ ബോഡി ജന്മനാട്ടിലേക്ക് കൊണ്ടുപോകും. വർഷങ്ങൾക്കുശേഷം അവന്റെ അച്ചനുമമ്മയും ഓർമ കളുടെയും നഷ്ടപ്പെടലിന്റേതുമായ നിമിഷങ്ങളെ ഉരുക്കി എയർപ്പോർ ട്ടിൽ അവനെ സ്വീകരിക്കാനായി കാത്തുനിൽക്കും.

വിളക്കുകൾ കെടുത്തി മുറി പൂട്ടാൻ തുനിയുമ്പോൾ അയാളുടെ പാദങ്ങളെ വേദനിപ്പിച്ചുകൊണ്ട് ചുവരിൽനിന്ന് ഒരു ഡയറി മുന്നിലേക്ക് വന്നു വീണു.

മേശയുടെ വെളിച്ചത്തിനുനേരെ ഡയറി തുറന്നു. ചുവന്ന പുറം ചട്ട യുള്ള ആ ഡയറിയിലെ പല പേജുകളും ഒഴിഞ്ഞു കിടക്കുകയായിരു ന്നു. ചില പേജുകളിലാവട്ടെ ഒരു നേഴ്സറി കുട്ടിയുടെ ചിത്രങ്ങളെ ഓർമി പ്പിക്കുന്ന അവ്യക്തമായ മനുഷ്യരൂപങ്ങളും വരയൻ കുതിരകളും.

അവസാനത്തെ പേജിൽ എഴുതിയത് അയാൾ വായിച്ചു:

ഒരേഴുവയസുകാരൻ എന്റെ വംശാഹന്തയുടെ വേരുകളറുത്തു. കൈകളിൽ പുരളുന്ന ചോരയുടെ ദുർഗന്ധം എന്റെ വരാനിരിക്കുന്ന എല്ലാ ദിവസങ്ങളെയും ഇനി ഒരു പനിനീർപ്പൂവുപോലെ അറുത്തിടും. റോസാപ്പൂക്കളുടെ യുദ്ധം* പോലെ ഇത്രെ നാൾ നീണ്ടു നിൽക്കും?

അയാൾ ഡയറിയിലെ പേജുകൾ ശ്രദ്ധയോടെ കീറിയെടുത്ത് ചുരുട്ടി ട്രാഷ് ബോക്സിലേക്ക് എറിഞ്ഞു. ശേഷം മേശപ്പുറത്തെ വാടിയ പനനീർപ്പൂവ് അതിന് മീതേക്ക് ഇടാൻ ശ്രമിക്കവേ, കൈകളിൽ നനവ് അനുഭവപ്പെട്ടു. പശപോലെ കൊഴുത്ത രക്തത്തിന്റെ ഉളുമ്പു ഗന്ധം നാസാരന്ധ്രങ്ങളെ ചുഴ്ന്നു. പൊടുന്നനെ മുറിയിലേക്ക് ഇരച്ചു കയറിയ ശക്തിയായ കാറ്റ് ശബ്ദമുയർത്തി വിളക്ക് മറിച്ചിടുകയും അയാളുടെ

കൈകളിൽനിന്ന് റോസാപ്പൂവിനെ തട്ടിത്തെറിപ്പിക്കുകയും ചെയ്തു. ഇരുട്ടു മൂടിയ ഇടനാഴിയിലൂടെ ഓടുമ്പോൾ ഉയർന്ന നെഞ്ചിടിപ്പോടെ തന്നെ ആരോ പിന്തുടരുന്നുണ്ടെന്ന് അയാൾക്ക് തോന്നി. അപ്പോഴും അയാളുടെ കൈകളിൽനിന്നും രക്തം നിലത്തേക്ക് വീണുകൊണ്ടിരുന്നു.

കുറിപ്പ് *: ബ്രിട്ടനിലെ യോർക്ക് ഷെയർ, ലങ്കാസ്റ്റർ എന്നീ പ്രഭുകുടുംബങ്ങൾ തമ്മിൽ നാൽപ്പതിലധികം കൊല്ലം നീണ്ടുനിന്ന പ്രസിദ്ധമായ യുദ്ധം.

കളിപ്പാട്ടങ്ങളില്ലാത്ത വീട്

നഗരത്തിൽനിന്നു വലത്തോട്ട് തിരിഞ്ഞാൽ കാണുന്ന അരയാൽ ത്തറയ്ക്ക് പുറംതിരിഞ്ഞായിരുന്നു ആ വീട്. പഴയ പ്രതാപങ്ങളുടെ എച്ചിൽ പുരണ്ട ചാരനിറം സാമാന്യം വലിയ ആ വീടിനു പ്രാചീനമായ ഒരു പ്രൗഢി നൽകിയിരുന്നു. പരിസരത്തൊന്നും മറ്റു വീടുകളോ ആൾ സഞ്ചാരമോ ഉണ്ടായിരുന്നില്ല.

പഴയൊരു പത്രത്തിലാണ് ആ വീടിന്റെ പരസ്യം ആദ്യം കണ്ടത്. സാധനങ്ങൾ പൊതിഞ്ഞുകൊണ്ടുവന്ന മുഷിഞ്ഞ കടലാസിലെ ക്ലാസി ഫൈഡ് കോളത്തിലേക്ക് ഞെരുക്കി അടുക്കിയ ഒരു പരസ്യമായിരുന്നു അത്. എന്റെ സങ്കൽപ്പത്തിലെ വീടിനോളം ചേർന്ന വീടുതന്നെയാണ് അതെന്ന് ഉടനെ തോന്നുകയും ചെയ്തു.

ഒരു വീട് ഞാൻ അന്വേഷിച്ച് കൊണ്ടിരിക്കുകയായിരുന്നു. മകനാ യിരുന്നു വീട് വേണ്ടിയിരുന്നത്. പതിനെട്ട് വർഷമായി അമേരിക്കയിൽ കുടുംബവുമായി കഴിയുന്ന മകൻ നാട്ടിൽ വലിയ ഒരു വീട് വാങ്ങുന്ന കാര്യം ആദ്യമായി പറഞ്ഞപ്പോൾ അമ്പരക്കുക തന്നെ ചെയ്തു. പുതിയൊരു വീടു നിർമിക്കുന്നതിൽ അവൻ യോജിപ്പുണ്ടായിരുന്നില്ല. പഴമ ഉറങ്ങിക്കിടക്കുന്ന വീട്ടിലെ ജീവിതത്തിന്റെ ജൈവത തങ്ങിനിൽക്കു എന്ന അവന്റെ പ്രസ്താവന എന്നെ അദ്ഭുതപ്പെടുത്താതിരുന്നില്ല.

ഭാര്യ മരിച്ചതിനുശേഷം ചെറിയ ഒരു വീട്ടിലായിരുന്നു താമസം. നഗരത്തിലെ ബഹളങ്ങളിൽ നിന്നൊഴിഞ്ഞ് അജ്ഞാതന്റെ സ്മാരകം പോലെ നിലകൊണ്ട ജീർണിച്ച ഒരു വീട്ടിൽ തനിയെ. തറവാട് മകൻ തന്നെയാണ് വിറ്റത്. കാശിന് ആവശ്യമുണ്ടായിട്ടൊന്നുമായിരുന്നില്ല. നോക്കിനടത്താനുള്ള ബദ്ധപ്പാടും അത്രയും സംഖ്യ വിലമതിക്കുന്ന ഒരു വീട് സാമ്പത്തികമായി നോക്കുമ്പോൾ വലിയ നഷ്ടമാണെന്നും അവൻ കാരണം കണ്ടെത്തി. മകന്റെ ഒരാവശ്യത്തിനും എതിരു നിൽക്കാതിരു

ന്നതിനാൽ വിസമ്മതം പ്രകടിപ്പിക്കാനാകുമായിരുന്നില്ല.

ഒറ്റക്കുള്ള ജീവിതം ഏറെക്കുറെ മടുത്തുതുടങ്ങിയിരുന്നു. കട്ടിയുള്ള ഏകാന്തത മുറിക്കകത്തു നിറഞ്ഞുനിൽക്കുന്നതുപോലെ എല്ലായ്പ്പോഴും വീടിനുള്ളിൽ അനുഭവപ്പെട്ടു. നെടുവീർപ്പുകളെ വലിച്ചുനീട്ടി അതു പഴയ ഓർമകളിലേക്കാണ് കൂട്ടിക്കൊണ്ടുപോകുക. വീട്ടിൽ തുണയായി ഒരു നായ മാത്രമാണുണ്ടായിരുന്നത്. അവസാനനാളുകളിൽ എന്റെ വിസ മ്മതത്തെ വകവയ്ക്കാതെ ഭാര്യ എവിടെനിന്നോ കൊണ്ടുവരികയായി രുന്നു അവനെ. അവന്റെ മുഖത്ത് എപ്പോഴും അർധമയക്കത്തിൽ ഒരേ രുകിട്ടിയതിന്റെ ധാർഷ്ട്യത തളംകെട്ടി നിന്നിരുന്നു. ഭാര്യയുടെ മരണ ത്തിനുശേഷം എന്തുകൊണ്ടോ ഞാനവനെ ഇഷ്ടപ്പെട്ടുതുടങ്ങി. എന്തെന്നാൽ നെഞ്ചിലുരുകുന്ന സ്നേഹം പങ്ക് വെക്കാൻ അവനല്ലാതെ മറ്റാരും അടുത്തുണ്ടായിരുന്നില്ല.

മൂന്ന് പെൺകുട്ടികളെയും കല്യാണം കഴിച്ചതു വിദേശത്തു സ്ഥിര താമസമാക്കിയവരാണ്. നാലാമത്തവളുടെ ഭർത്താവാകട്ടെ ഒരു കോളേജ് അധ്യാപകനായിരുന്നിട്ടും അഞ്ചുവർഷം കഴിഞ്ഞപ്പോൾ അയാളും കൊളോണിയൽ സംസ്കാരത്തിന്റെ മധുരം നുണയാൻ യാത്ര യായി.

വൃദ്ധസദനത്തിലെ ബഹളം നിറഞ്ഞ ജീവിതത്തെക്കുറിച്ച് ചിന്തിച്ചു തുടങ്ങിയപ്പോഴാണ് മകൻ പുതിയ വീട് വാങ്ങുന്നതിനെക്കുറിച്ച് പറയു ന്നത്. അവനും പ്രായമായി വരികയാണ്. ഇരുവരുടെയും ജോലിയുടെ കാലാവധി തീരാറായപ്പോഴാവണം വാർധക്യത്തെക്കുറിച്ച് അവർ ചിന്തി ക്കുന്നത്.. അവസാനകാലത്ത് മകൻ കൂടെയുണ്ടാവുമല്ലോ എന്ന ആശ്വാസം എന്നെ അൽപ്പം ആഹ്ളാദിപ്പിച്ചു.

പച്ചപ്പുനിറഞ്ഞ മൈതാനത്തിനു മുഖം കൊടുത്തുള്ള പടിപ്പുരയും അതിനരികെ പടർന്നുനിൽക്കുന്ന വൃക്ഷങ്ങളും കണ്ടപ്പോഴേ അന്വേ ഷണം അവസാനിച്ചിരിക്കുന്നുവെന്ന് തോന്നി. പഴമകളെ ഹൃദയത്തോട് ചേർത്തുവെക്കുന്ന മകന് അതിഷ്ടമാവുമെന്നതിൽ സംശയമുണ്ടാ യിരുന്നില്ല.

തറവാടിന്റെ അകത്തളങ്ങളെ ഓർമിപ്പിക്കുന്ന ആ വീട് ബഹളം നിറഞ്ഞ ചില കാലത്തിന്റെ ഗൃഹാതുരതയായി എന്നെ പൊതിഞ്ഞു. ഒരു വൃദ്ധനായിരുന്നു ഉടമസ്ഥൻ. സഹായത്തിന് ഒരു പെൺകുട്ടിയും ഉണ്ടായിരുന്നു. ജരാനരകളുടെ ഒരു കൊളാഷ്പോലെ അയാളുടെ മുഖത്ത് വർഷങ്ങൾ പരസ്പരം ബന്ധമറ്റ് കിടന്നു. പായലുകളുടെ അഴു ക്കുപുരണ്ട കണ്ണുകളിൽ അപ്പോഴും പഴയ നാളുകളിലെ വെളിച്ചത്തിന്റെ അടരുകൾ മങ്ങിക്കത്തുന്നുണ്ടായിരുന്നു.

പ്രാചീനതയുടെ പൂപ്പൽ പരന്ന മുറികളിലും ഇടനാഴികളിലും മാറാല മൂടിയിരുന്നു. വലുതും ജാലകമുള്ളതുമായ മുറികൾ, കൽത്തൂ ണുകളിലെന്നപോലെ മിഴിവാർന്ന ചിത്രങ്ങൾ കൊത്തിയ കട്ടളകളും തൂണുകളും. മച്ചിലെ ചിത്രപ്പണികൾക്ക് പുറമെ മഞ്ഞച്ചായമടിച്ച ചുമ

രുകളിൽ മൺ മറഞ്ഞവരുടെ അതീവചാരുതയാർന്ന ചിത്രങ്ങൾ. കുട്ടി കളും സ്ത്രീകളും പെട്ടെന്നൊരുനാൾ ഉപേക്ഷിക്കപ്പെട്ടപോലെ ശൂന്യത മാത്രം അസ്വാരസ്യപ്പെടുത്തി എങ്ങും വീണുകിടക്കുന്നു.

വൃദ്ധൻ പ്രയാസത്തോടെയാണ് എനിക്കൊപ്പം നടന്നത്. മുകളിലെ മുറികളിലേക്ക് പോകുന്നതിന് മുമ്പ് അയാൾക്കിത്തിരി നേരം ഇരുന്ന് വിശ്രമിക്കേണ്ടിയിരുന്നു. എന്നാൽ സ്വന്തം ഓർമകളെ അങ്ങോട്ടുമിങ്ങോ ട്ടുമിട്ടു നെടുവീർപ്പുകളിൽ ഉരുക്കുകയല്ലാതെ വൃദ്ധൻ ഒന്നും സംസാരി ച്ചില്ല. വൃദ്ധന്റെ നിഴലിലെന്നോണം ഒരു ചിമ്മിനിവിളക്കിന്റെ നാളത്തോളം വിളറിയ മുഖത്തോടെ പെൺകുട്ടി കൂടെനിന്നു. ഒരു മെഴുകുപ്രതിമ പോലെ.

പറമ്പിൽനിന്നു വീടിനോട് ചേർന്നുനിൽക്കുന്ന ഗുൽമോഹർ മര ത്തിൽ കൈചുറ്റി വീട്ടിലേക്ക് കയറുമ്പോൾ ഗതകാല സ്മരണകളിൽ മുഴുകി വൃദ്ധൻ തുണിയിൽ മുഖം ചേർത്തിരിക്കുകയായിരുന്നു. അയാൾ കരയുകയോ സങ്കടപ്പെടുകയോ പഴയ ഓർമകളുടെ കറുപ്പുവീണ ഇട നാഴികളിലൂടെ ഒരുപക്ഷേ നിസ്സംഗതയോടെ അലയുകയോ ആവണം. ജീവിതത്തിന്റെ ഭാരങ്ങൾ സാന്നിധ്യമറിയിച്ച അയാളുടെ കവിളിലെ ചുളിവുകളിൽ വിഷാദം വീർപ്പുമുട്ടി നിൽക്കുന്നതായി തോന്നിച്ചു.

"അപ്പോ വീടു കണ്ടിഷ്ടപ്പെട്ടോ..?"

വൃദ്ധൻ പുരികം വളച്ചുകൊണ്ട് പെട്ടെന്ന് മുഖമുയർത്തി ചോദിച്ചു.

"വീട് മകനാണ്. കുറെക്കാലമായി അന്വേഷിക്കുന്നു. ഇതേതായാലും അവനിഷ്ടമാവും."

വൃദ്ധൻ അൽപ്പനേരം നിശ്ശബ്ദനായി. അയാളുടെ മുഖം വലിഞ്ഞു മുറുകുകയും കണ്ണുകളിൽ നിരാശ നിഴൽ വീഴ്ത്തുകയും ചെയ്തു.

"എല്ലാം ആലോചിച്ചിട്ടാണോ നിങ്ങൾ...?"

"ആലോചിക്കാനെന്തിരിക്കുന്നു. മകന് വേണ്ടത് പഴയൊരു വീട്. ഭാഗ്യംകൊണ്ടാണ് ഇങ്ങനെ ലക്ഷണമൊത്ത ഒരു വീട് കാണുന്നത്. കാശ് അവൻ പ്രശ്നമാക്കുമെന്ന് തോന്നുന്നില്ല."

"ഞാൻ ഉദ്ദേശിച്ചത് അതല്ല. പറയുമ്പോൾ എല്ലാം പറയണമല്ലോ. പഴയ തറവാട്ടുകാരായതുകൊണ്ട് ആരേം ചതിക്കണംന്നില്ല. ഈ വീട്ടില് ചെല ദുർമ്മരണങ്ങളൊക്കെ നടന്നതാണ്..."

ഇരുളും വെളിച്ചവും കൂടിക്കുഴഞ്ഞ നിഗൂഢമായ ഒരു ഭാവവും പ്രത്യാശയുടെ ചില ചുളിവുകളും വൃദ്ധന്റെ മുഖത്ത് വിരിഞ്ഞു. ഇരുട്ടു മുടിക്കിടക്കുന്ന ഇടനാഴിയിലേക്ക് ഒരു നിമിഷം അറിയാതെ കണ്ണുകൾ പാളി. പരേതാത്മാക്കളുടെ നിറവ് അവിടമാകെ ചൈതന്യം പരത്തുന്ന തുപോലെ ഉടനെ അനുഭവപ്പെടുകയും ചെയ്തു.

"ഓ, അതൊന്നും അവൻ കാര്യമാക്കുമെന്ന് തോന്നുന്നില്ല. അവൻ കുറെക്കാലമായി സ്റ്റേറ്റ്സിലാ. അവിടത്തെ ജീവിതം മതിയാക്കി ഇവിടെ സെറ്റിൽ ചെയ്യാനാണ് ഉദ്ദേശിക്കുന്നത്."

"ഈ വീട്ടിലെ എല്ലാ മുറികളും നിങ്ങൾ ഇനിയും കണ്ടിട്ടില്ല."

വൃദ്ധൻ എവിടെനിന്നോ ധൈര്യവും ഓജസ്സും തിരിച്ചുകിട്ടിയതു പോലെ പറഞ്ഞു. അയാളുടെ വാക്കുകൾക്കപ്പോൾ പഴയ വിറയലുണ്ടാ യിരുന്നില്ല. വടി നിലത്തുന്നിയാണ് അയാൾ നിന്നിരുന്നതെങ്കിലും ശരീ രത്തിന്റെ ഭാരം അതിൽ അമർന്നിരുന്നില്ല. എന്റെ തൊണ്ട പെട്ടെന്ന് വര ണ്ടുണങ്ങാൻ തുടങ്ങി.

"വേണമെന്നില്ല. വീടിനെക്കുറിച്ച് ഒരേകദേശധാരണ കിട്ടിയല്ലോ. അതുമതി."

ഞാൻ ധൃതിയിൽ പറഞ്ഞു.

"മുതൽ കാണാതെ വില നിശ്ചയിക്കരുത്"

ഒരു താക്കീതുപോലെ ഗാംഭീര്യം നിറഞ്ഞതായിരുന്നു ആ വാക്കുകൾ. വൃദ്ധന്റെ കണ്ണിലെ ആജ്ഞാശക്തി മൺകുനയിൽ നിന്നു പൊടുന്നനെ ഇഴഞ്ഞെത്തിയ സർപ്പംപോലെ എന്നെ ചുറ്റിവരിഞ്ഞു. സംശയവും, സംഭ്രാന്തിയും കൂടിച്ചേർന്ന് ഒരു ചിതയിലെ വന്യമായ നാള ങ്ങൾക്ക് മുന്നിലകപ്പെട്ടവനെപ്പോലെ ഞാൻ നിന്നു കിതച്ചു.

"വരൂ..."

ഊന്നുവടി നിലത്തുകുത്തി ശബ്ദമുയർത്തി വൃദ്ധൻ മുന്നിൽ നടന്നു. ഉരുക്കുകളുടെ ഭാരം വീണ കാൽപ്പാദങ്ങൾ ശ്രമപ്പെട്ട് വലിച്ചു ഞാൻ പിറകെയും. ശവശരീരത്തിന്റെ അഴുക്കുഗന്ധം പുരണ്ട കാറ്റ് പൊടുന്നനെ ശരീരത്തിലൂടെ ഈറൻതുണിപോലെ ചുറ്റി.

മുകളിലെ നിലയിലേക്കുള്ള കോവണി നന്നെ ഇടുങ്ങിയതായിരുന്നു. പുപ്പൽ പിടിച്ച് ചവിട്ടുപടികളിൽ പാദങ്ങൾ അമരുമ്പോൾ നരിച്ചീറുകൾ അസ്വസ്ഥരായി കുറുകി. പിന്നിൽ കാലടികളുടെ പെരുകി വരുന്ന ശബ്ദം ഞാൻ കേട്ടു. എന്നാൽ എന്റെ പിറകെ ആരുമുണ്ടായിരുന്നില്ല.

ഭയം കറുത്ത ദുപ്പട്ടപോലെ എന്റെ കഴുത്തിൽ ചുറ്റിവരിഞ്ഞു. അറവു മൃഗത്തിന്റെ അക്രമാസക്തമായ പരാക്രമങ്ങൾപോലെ അതു ശരീരത്തിൽ ചുരമാന്തുകയാണ്.

ഇരുട്ട് വടവൃക്ഷത്തിന്റെ വള്ളികൾപോലെ തൂങ്ങിക്കിടന്നിരുന്ന ഒരു മുറിയിലേക്ക് വൃദ്ധൻ പ്രവേശിച്ചു. വാതിൽപ്പടിയിൽ അറച്ചുനിന്നപ്പോൾ അയാൾ എന്നെ രൂക്ഷമായി നോക്കി. പൊടുന്നനെ ഒരു കടൽക്കാ ക്കയുടെ അസ്വസ്ഥമായ ചിറകടി ശബ്ദം കേട്ടു. മുറിയിലേക്ക് എടുത്തെ റിയപ്പെട്ടത് ഒരു അർധമയക്കത്തിൽ നിന്നു ഞെട്ടി ഉണരുംപോലെയാണ്. ഒരു നിലവിളി എന്റെ തൊണ്ടയിൽ ഞെരിഞ്ഞമർന്നു.

മുറിയിലെ ഭിത്തികളിൽ ഭീമാകാരമായ കൈകളോടെയുള്ള ഒരു വ്യാളിയെ കൊത്തിവെച്ചിരുന്നു. ഒരു സൂര്യഗോളം പോലെ അതിന്റെ കണ്ണുകൾ തിളങ്ങുന്നുണ്ടായിരുന്നു. കൈവഴികളായി ഒഴുകുന്ന അതിന്റെ ഉടലിൽ തൂക്കിയിട്ടിരുന്ന അസ്ഥികൾ ഒരു പെക്കിനാവിലെന്നപോലെ അപ്പോഴാണ് എന്നെ കൊത്തിമുറിവേൽപ്പിക്കാൻ തുടങ്ങിയത്.

"എനിക്കീ വീട് വേണമെന്നില്ല. എനിക്കുടനെ മടങ്ങണം."

എങ്ങനെയോ ഞാൻ പറഞ്ഞൊപ്പിച്ചു.

വൃദ്ധൻ മറുപടി പറഞ്ഞില്ല. അയാളുടെ മുഖം മഞ്ഞിന്റെ അടരുകൾ പോലെ പതിയെ വിണ്ടുകീറാൻ തുടങ്ങുന്നത് ഒരു നടുക്കത്തോടെയാണ് കണ്ടത്.

കടൽക്കാറ്റുപോലെ ഒരിരമ്പം മുറിക്കകത്ത് വട്ടം ചുറ്റി. പിന്നെ അത ലിഞ്ഞ് ഒരു പട്ടിയുടെ തേങ്ങലോളം നേർത്ത് എങ്ങും തളം കെട്ടി. ഭീതി അളിഞ്ഞ മുറിപ്പാടിൽ നിന്നൊഴുകുന്ന ചലമായി വീർത്ത് തൊണ്ടയടക്കു മെന്ന് തോന്നിയപ്പോൾ ഞാൻ പൊടുന്നനെ വൃദ്ധന്റെ നേരെ തിരിഞ്ഞു. എന്നാൽ മുറിയിൽ ആരുമുണ്ടായിരുന്നില്ല.

വൃദ്ധനെവിടെ..? ഒരു നിഴലായി കൂടെ നിന്ന പെൺകുട്ടിയെവിടെ..?

കാലിൽ കട്ടിയെറിയ പശപോലെ ചോരയുടെ നനവ് എനിക്കനുഭ വപ്പെട്ടു. തലയ്ക്കകത്ത് ആധിയുടെ മഴ പെയ്യുകയാണ്. ഘോരമായ ശബ്ദങ്ങൾ അസ്ഥികളെ തുളച്ചുകൊണ്ട് സൂചിമുനപോലെ ശരീരത്തി ലേക്ക് കുത്തിക്കയറുകയാണ്. പേപ്പർ ചുരുട്ടിയതുപോലെ ഊർന്നിറ ങ്ങുന്ന പ്രകാശം കണ്ണുകളെ ഇരുണ്ട ഗുഹാമുഖത്തേക്ക് വലിച്ചുകൊ ണ്ടുപോകുകയാണ്.

ഞാൻ പുറത്തേക്കോടി. കോവണിയിറങ്ങി നടുത്തളത്തിലെത്തി. വീടിന്റെ പുറത്തേക്കുള്ള എല്ലാ വാതിലുകളും അടയ്ക്കപ്പെട്ടിരുന്നു. വീട്ടിൽ എന്റെതന്നെ ശബ്ദം ഭീതിപ്പെടുത്തുംവിധം മാറ്റൊലികൊണ്ടു.

ജ്വരവൈറസുകൾ

കരിമ്പടത്തിനകത്ത് ചൂടും വിങ്ങിയ നിശ്വാസങ്ങളുടെ കൈപ്പുമു
ണ്ടായിരുന്നു. എങ്ങും നനഞ്ഞ സ്ത്രൈണതയുടെ അപരിചിതവും വി
കാര രഹിതവുമായ ഗന്ധം.. ജാലകത്തിനപ്പുറത്ത് വെയിൽ നഗ്നയാകാൻ
തുടങ്ങിയിട്ടും തണുപ്പ് നൂലുകൾക്കിടയിലൂടെ ഇഴജന്തുക്കളെപ്പോലെ
പുളഞ്ഞു രസിക്കുന്നതായി സരസിജയ്ക്ക് തോന്നി.

കഴിഞ്ഞ രാത്രി ഹേമന്തിന്റെ ഫ്ളാറ്റിൽനിന്നും ഇറങ്ങുമ്പോഴാണ്
നടുക്കുന്ന ശൂന്യതയോടെ പനിച്ചൂട് ശരീരത്തെ ഗ്രസിക്കാൻ തുടങ്ങി
യത്.... തലയ്ക്ക് ചുറ്റും പനിയുടെ അദൃശ്യരായ വിത്തുകൾ, കൺപോ
ളകളിലേക്കരിച്ച് കയറുന്ന തളർച്ചയും കുളിരും.

ഉണർന്നെഴുന്നേറ്റപ്പോഴും പനി കുറഞ്ഞിരുന്നില്ല. കാറ്റിൽ ശരീരം
കിടുകിടുത്തു. മിഴികളിലേക്ക് നരച്ച വെയിൽ പഞ്ഞിക്കഷണങ്ങൾ
പോലെ ചിറകുനീട്ടി. സൂര്യൻ ഭൂമിയുടെ പൊക്കിൾച്ചുഴിയിൽ ഒരു ചില്ലു
കഷണംപോലെ തിളങ്ങുന്നുണ്ടായിരുന്നു. മുറ്റത്തെ പുളിമരത്തിന്റെ
ചില്ലയിൽനിന്ന് ഒരു പ്രാവ് ചിറകുകുടഞ്ഞെഴുന്നേറ്റ് വെയിലിലേക്ക്
പറന്നു.

സരസിജ താമസിക്കുന്ന ജവഹർക്കോളനിയിൽ ഒരു ക്ലിനിക്ക് ഉണ്ടാ
യിരുന്നില്ല. ബ്ലാക് സ്ട്രീറ്റിലെ അവളുടെ ഓഫീസിനടുത്തുള്ള ക്ലിനി
ക്കിലേക്ക് ഓട്ടോയിൽ നിന്നിറങ്ങുമ്പോൾ സരസിജ സാരികൊണ്ട് ശിര
സ്സാകെ മൂടി.

ക്ലിനിക്കിൽ പതിവിൽ കൂടുതൽ തിരക്കുണ്ടായിരുന്നു. വലിയ ഒരു
ക്ലിനിക്കായിരുന്നില്ല അത്. എങ്കിലും സന്ദർശകർക്കിരിക്കാൻ പ്രത്യേകം
ഒരു മുറിയും വിരസതയകറ്റാൻ പലതരം വനിതാമാസികകളും അവി
ടെയുണ്ടായിരുന്നു. ഡോക്ടർ തെർമോമീറ്റർ നാവിനടിയിലേക്ക് വെച്ച
പ്പോൾ സരസിജയ്ക്ക് വേദനമാത്രമല്ല പനിയുടെ പുളിപ്പും അനുഭ

വപ്പെട്ടു. ടോർച്ചിന്റെ പ്രകാശപ്രളയത്തിൽ കണ്ണുകൾ മഞ്ഞളിച്ചു. സ്തെ തസ്കോപ്പ് നെഞ്ചിൽ തെല്ല് ധാർഷ്ട്യത്തോടെ അമരുന്നുണ്ടായെന്ന സംശയവും തോന്നാതിരുന്നില്ല. ഡോക്ടറുടെ മുഖത്തപ്പോഴും മായിച്ചു കളയാനാവാത്ത ഒരു പുഞ്ചിരിയുണ്ട്.. പക്ഷേ, കണ്ണുകൾ വജ്രത്തിന്റെ കാഠിന്യത്തോടെയാണ് പലപ്പോഴും ബ്ലൗസിനുള്ളിലൂടെ കുർത്തിറ ങ്ങുന്നത്.. ഒരു പനിക്ക് എന്തിനാണിത്രമാത്രം പരിശോധനകൾ.?

"വൈറൽ പനിയാണ്. സൂക്ഷിക്കണം. ആദ്യം വല്ല്യ സാരമായി തോന്നില്ല. പക്ഷേ പനി വിട്ടുപോകില്ല." ഡോക്ടർ പറഞ്ഞു.

സരസിജ ചിരി ഒരു നേർത്ത പുഞ്ചിരിയിലേക്ക് സംഗ്രഹിച്ചു. ചുണ്ടു കൾ വരണ്ടുണങ്ങിയിരുന്നു. പനിയുടെ ക്ഷീണം ശരീരത്തിലാകമാനം ലഹരിപോലെ പടർന്നിട്ടുണ്ട്. സന്ധികളിൽ പൊടിഞ്ഞിറങ്ങുന്ന വേദ നയും പുകച്ചിലും.

"ഒരാഴ്ച മരുന്നുകൾ കഴിക്കണം. നിസ്സാരമായി കാണരുത് കേട്ടോ. യു നോ. ടെയ്ക്ക് കെയർ."

കമ്പ്യൂട്ടർ സെന്റർ സ്ഥാപിച്ചപ്പോൾ മിച്ചംവന്ന സ്ഥലം കൂടി ചേർത്ത് വികസിപ്പിച്ചെടുത്ത ഒരു ചെറിയ ക്ലിനിക്കായിരുന്നു അത്. താഴെയാണ് ഫാർമസി. ആരെയും മയക്കുന്ന വശ്യമായ പുഞ്ചിരി ലിപ്സിറ്റിക്കുപോലെ കൗണ്ടറിലെ പെൺകുട്ടിയുടെ ചുണ്ടുകളിൽ വരണ്ടുകിടക്കുന്നു. ഒരു വീലാന്റ് ചുരിദാറായിരുന്നു അവൾ ധരിച്ചിരുന്നത്. അതിന്റെ വലിയ പാറ്റേൺ ഓൾഡ് ഫാഷനിലുള്ളതാണെന്ന് സരസിജ ഓർത്തു. ഇപ്പോൾ പ്രിന്റഡ് പാറ്റേണിൽ സ്വൽപ്പം സ്റ്റിച്ചുള്ള ടൈപ്പാണ് ഫാഷൻ. കാണാനും അതിനാണ് കൂടുതൽ ഭംഗി.

ഓട്ടോയ്ക്കുള്ളിലേക്ക് വെയിലിന്റെ ക്രിസ്റ്റലുകൾ പാറിവീഴുന്നുണ്ടാ യിരുന്നു. കണ്ണുകളിൽ വെയിൽ വേദനയ്ക്കൊപ്പം തെല്ല് ആശ്വാസവും ഉളവാക്കി. മധ്യാഹ്നനഗരം ജ്വരം ബാധിച്ച ഒരു വൃദ്ധയെപ്പോലെ തന്നി ലേക്ക് ചുരുണ്ടുകിടന്നു. തിരക്കു കുറഞ്ഞ നഗരവീഥികൾ. നഗരചത്വ രത്തിൽ കൂറ്റൻ ഘടികാരത്തിൽ സൂചികൾ പന്ത്രണ്ടിൽ ഉഷ്ണത്താൽ പരസ്പരം അകന്നുനിന്നു. ഹേമന്ദിന്റെ ഫ്ളാറ്റിന്റെ ജനലുകൾ അപ്പോ ഴും അടഞ്ഞു കിടക്കുന്നത് സരസിജ കണ്ടു.

മുറിയിൽ തിരിച്ചെത്തിയപ്പോഴേക്കും ഇന്ദ്രജ ജോലി കഴിഞ്ഞെത്തി യിരുന്നു. കുളിമുറിയിൽ നിന്നുയരുന്ന ജലധാരയുടെ നേർത്ത മുഴക്കം ഇനി ഇരുപതുമിനുട്ടോളം തുടരുമെന്ന് സരസിജയ്ക്കറിയാം. അമിതമായി വെള്ളം ഉപയോഗിക്കുന്നുവെന്ന പരാതിയുമായി ഹൗസ്ഓണർ ദുർമേദസുകുലുക്കി ഇനിയും വന്നേക്കുമെന്നും അവൾക്ക് ഏതാണ്ട് ഉറപ്പായി.

കൺപോളകൾ അറിയാതെ വീഴുകയാണ്. അടുക്കളയിൽ കയറി ഫ്രിഡ്ജിൽ നിന്നെടുത്ത ബ്രഡ്ഡിൽ മയോനീസും ചീസും കെച്ചപ്പും ഒഴിച്ച് ഓവനിൽ വച്ച് ചൂടാക്കി. ഭക്ഷണത്തിന് രണ്ടുമണിക്കൂർ മുമ്പേ കഴിക്കേണ്ട ഗുളികയെക്കുറിച്ച് ആദ്യമായി കേൾക്കുകയാണ്. ഇതൊരു

പ്രത്യേകയിനം പനിയാണെന്നല്ലേ ഡോക്ടർ പറഞ്ഞത്. സരസിജയ്ക്ക് ചിരിവന്നു. കാലത്തിനനുസൃതമായി പനിയും മാറിവരുന്നു. വൈറസു കളും സർഗാത്മകത പ്രകടിപ്പിച്ചുതുടങ്ങിയോ?

സാന്റ് വിച്ചിന് പതിവ് രുചിയുണ്ടായിരുന്നില്ല. ഇന്ദ്രജ കുളികഴിഞ്ഞി റങ്ങിയിരിക്കുന്നു. പോണിടെയിൽ തുവർത്തി കണ്ണാടിക്ക് മുന്നിൽ മണി ക്കൂറുകളോളം അവൾ നിൽക്കും. അതുകഴിഞ്ഞാലുടനെ മേയ്ക്കപ്പുസാധ നങ്ങളുമായി അരമണിക്കൂറോളം സല്ലപിക്കും. അവളെ ശല്യപ്പെടു ത്തേണ്ട എന്നു കരുതി സരസിജ മുറിയിലേക്ക് നടന്നു. സെൽഫോണിൽ അന്നേരം ഒരു മെസേജ് പ്രാവിന്റെ ചിറകടിയൊച്ചയായി കുറുകി. ഹേമന്ത് അയച്ച സന്ദേശമായിരുന്നു അത്. പുറമെ പത്തിലധികം മിസ്ഡ് കോളുകളും കണ്ടു. അധികവും ഹേമന്തിന്റെ നമ്പറാണ്. സെൽഫോൺ യഥാസ്ഥാനത്ത് വെച്ച് വെറുതെ കിടന്നു.

ഹേമന്ത് ഇനിയും വിളിക്കും. ഒരുപക്ഷേ അയാൾ മുറിയിലേക്ക് വരാനുള്ള സാധ്യതയും തള്ളിക്കളയാനാവില്ല. ഈ കൺകെട്ടിക്കളി എവിടെ ചെന്നാണ് അവസാനിക്കുക?

ആദ്യമായി ഹേമന്തിനെ കണ്ടപ്പോൾ ജാള്യം മാത്രമല്ല, അപകർ ഷതാ ബോധവുമാണുണ്ടായത്. സരസിജ ഓർത്തു. കുളിക്കാതെ ധൃതി യിൽ ചെയ്ത മേക്കപ്പ് ഏതോ ലഹളയിൽനിന്ന് രക്ഷപ്പെട്ടെത്തിയ കോമാളിയുടെ ഛായയാണുണ്ടാക്കുന്നതെന്ന് തോന്നിയപ്പോഴേക്കും, അത് ഹേമന്ത് ആസ്വദിക്കാൻ തുടങ്ങിയതായിരുന്നു കാരണം. ലിഫ്റ്റിലെ കണ്ണാടിയിൽ നോക്കി മുഖത്തെ പൗഡറിന്റെ വടുക്കൾ തുത്തുകളയു മ്പോൾ അയാൾ തന്നെ നോക്കി ചിരിക്കുകയാണെന്നറിഞ്ഞിട്ടും ഗൗരവം കൈവിട്ടില്ല. ചിരി വായ്ക്കകത്ത് നിറഞ്ഞ് പുറത്തേക്ക് തെറിക്കാനായി പാടുപെടുന്ന അവസ്ഥയെ മനസിൽ സങ്കൽപ്പിച്ച് നിൽക്കുമ്പോഴും ഹേമന്തിന്റെ കണ്ണുകളുടെ ഇമയനങ്ങിയില്ല. നാലാമത്തെ നിലയിൽ ആരും തിരിച്ചെടുക്കാത്ത പുഞ്ചിരിയുടെ ഏകാന്തതയുമായി അയാൾ ഇറങ്ങിപ്പോയി.

ഓഫീസിലേക്ക് നേരത്തെ പുറപ്പെട്ട ഒരു ദിവസം ഹേമന്ത് ലിഫ്റ്റ് കാത്തുനിൽക്കുകയായിരുന്നു. ആ ബിൽഡിങ്ങിൽ മൂന്ന് ലിഫ്റ്റുകളാണു ണ്ടായിരുന്നതെങ്കിലും സെന്റർ ലിഫ്റ്റൊഴികെ മറ്റൊന്നും ഉപയോഗിക്കാൻ സരസിജയ്ക്ക് ധൈര്യമുണ്ടായിരുന്നില്ല. നേരം വൈകുന്ന അവസരങ്ങ ളിൽപ്പോലും അതിനെ കാത്തുനിൽക്കുകയാണ് പതിവ്. ആദ്യമായി ലിഫ്റ്റിൽ കയറുമ്പോഴുള്ള സംഭ്രമം തീർത്തും വിട്ടുമാറിയിരുന്നില്ല. കറ ണ്ടുപോയി മറ്റു രണ്ട് ലിഫ്റ്റുകളും ഇതിന് മുമ്പ് പലതവണ നിന്നിട്ടുണ്ട്.. രണ്ടുവർഷത്തെ ഭീതി ഒരുമിച്ചനുഭവിച്ചു എന്നാണ് മാലിനി ഇപ്പോഴും ലിഫ്റ്റിനകത്ത് കുടുങ്ങിപ്പോയ ഏതാനും മണിക്കുറുകളെക്കുറിച്ച് പറയുക.

"ഏതിലാ വർക്ക് ചെയ്യുന്നേ..?"

മുഖത്തെ വിയർപ്പുകണങ്ങളൊപ്പിനിന്ന സരസിജയോട് അയാൾ

പെട്ടെന്ന് ചോദിച്ചു: "പിടഞ്ഞുണർന്ന കണ്ണുകളോടെ കാന്തികപ്രഭയിൽ മനസ്സ് ഒരു നിമിഷം ഇടറിയോ? മുഖത്തും കഴുത്തിലും കുമിഞ്ഞ വിയർപ്പ് തുടച്ചുനീക്കാൻ ശ്രമിച്ചപ്പോൾ അയാൾ പുഞ്ചിരിച്ചു.

"അതിനുമാത്രം ചുടുണ്ടോ ഇപ്പോൾ..?"

സരസിജയ്ക്ക് ശരിക്കും ചൂടെടുക്കുന്നുണ്ടായിരുന്നു. എന്നാൽ ഹേമന്തിനെ ഭയന്ന് വിയർപ്പ് തുടച്ചില്ല. നിലത്തേക്ക് മിഴികൾ നട്ടു നിന്നു. ലിഫ്റ്റ് ജരവീര്യത്തിൽ തളർന്ന ലോഹനാടയിലൂടെ ഉയർന്ന് ഓരോ ഫ്ലാറ്റിൽ നിൽക്കുമ്പോഴും അവൾ അസ്വസ്ഥയായി. ഹേമന്തിന്റെ ജ്വരം പോലെ പിടഞ്ഞുയരുന്ന മിഴികൾ തന്റെ ശരീരത്തിന്റെ ഏത് ഭാഗത്തി ലൂടെയാവും ഇപ്പോൾ ഇഴയുന്നത്?"

ലിഫ്റ്റിൽ നിന്നും അയാളിറങ്ങിയപ്പോൾ പെട്ടെന്ന് ചുടുകുറഞ്ഞതു പോലെയും ഏകാന്തതയുടെ കറുത്ത കരിമ്പടം ചുമലിലേക്ക് വാർന്ന് വീണ പോലെയും അവൾക്ക് തോന്നി.

പിന്നീടുള്ള എല്ലാ ദിവസങ്ങളിലും ലിഫ്റ്റിറങ്ങുമ്പോൾ ഹേമന്ത് എതിരെ നിൽക്കുന്നത് സരസിജ കണ്ടു. അപ്പോഴൊക്കെ സരസിജയുടെ ശരീരോഷ്മാവ് കൂടിക്കൊണ്ടിരുന്നു. നാലാംനിലയിലെ കമ്പ്യൂട്ടർ സെന്റ റിലായിരുന്നു അയാൾക്ക് ജോലിയെന്ന് മനസിലാക്കാൻ സരസിജക്ക് നാല് ദിവസം വേണ്ടിവന്നു. ഒരുദിവസം ഏറെക്കുറെ ഇരുട്ടിക്കഴിഞ്ഞ പ്പോഴാണ് അവൾക്ക് ഓഫീസിൽനിന്നിറങ്ങാനായത്.. ആ ദിവസം അയാൾ ട്രാഫിക് ജംഷ്ഷൻവരെ അവളുടെകൂടെ ചെല്ലുകയും ചില തൊക്കെ സംസാരിക്കുകയും ചെയ്തു. പ്രതീക്ഷിക്കുന്നതിലും വളരെ കുറഞ്ഞ വാക്കുകളിലൊതുക്കിയ മറുപടിയാണ് തനിക്ക് കിട്ടുന്നതെന്ന് തോന്നിയപ്പോഴായിരിക്കണം "വാചകങ്ങൾ സംഗ്രഹിക്കാൻ തന്നെപ്പോ ലെ വേറൊരു വിദഗ്ദ്ധ ഇല്ല" എന്നയാൾ തെല്ലുച്ചത്തിൽ അവളോട് പറ ഞ്ഞത്.

സീതയുടെ ബർത്ത്‌ഡേ പാർട്ടിയിൽ വെച്ചാണ് കൂടുതൽ സംസാരി ക്കാൻ ഇരുവർക്കും അവസരം ലഭിച്ചത്. അപ്പോഴേക്കും ഹേമന്തിന്റെ സാമീപ്യം താൻ ഇഷ്ടപ്പെട്ടുതുടങ്ങിയോ എന്ന് തെല്ല് അമ്പരപ്പോടെ സരസിജയോർത്തു. ഹേമന്തിന്റെ ചിരിയും വാക്കുകളും തരുന്ന ഉണർവ് പ്രണയത്തിന്റെ ഇടർച്ചയാണെന്ന് തോന്നുമ്പോഴേക്ക് അവൾക്ക് ശരീരം ചുടുപിടിക്കുന്നതുപോലെ തോന്നി. സാരി ശിരസ്സാകെ മൂടി ജ്വരം ബാധിച്ച വളെപ്പോലെ പിന്നെ സരസിജ വിറയ്ക്കാൻ തുടങ്ങും. ചുളിഞ്ഞ നെറ്റി യുമായി എന്നാൽ സ്നേഹത്തോടെ ഹേമന്ത് ഓരോന്ന് ചോദിച്ചുകൊ ണ്ടിരിക്കും. മുറിയിൽ തിരിച്ചെത്തിയാലും ഇടയ്ക്കിടെ വിളിച്ച് ഹേമന്ത് വിവരങ്ങൾ അന്വേഷിച്ചുകൊണ്ടിരിക്കും. പനിച്ചൂടിൽ പലപ്പോഴും. സരസിജയ്ക്കന്നേരം അയാളോട് സംസാരിക്കാൻ കഴിയുമായിരുന്നില്ല.

ഇരുവരും ലിഫ്റ്റിൽ തനിച്ചായ ഒരു ദിവസമാണ് ഹേമന്ത് സരസി ജയെ ഫ്ലാറ്റിലേക്ക് ക്ഷണിച്ചത്. ഏതൊരു പ്രണയത്തിന്റെയും തുടക്ക മെന്ന നിലക്ക് സരസിജയും ഹേമന്തിന്റെ ആദ്യത്തെ ക്ഷണം നിരസി

കുകയാണുണ്ടായത്.. എന്നാൽ മൂന്നാമത്തെ തവണ അവൾക്ക്
മറുത്തൊന്നും പറയുവാനാകുമായിരുന്നില്ല.. അമ്മ നാട്ടിൽ നിന്നും വന്നി
ട്ടുണ്ടെന്നും സരസിജയെ കാണാൻ മോഹമുണ്ടെന്നും അയാൾ പറഞ്ഞ
തുകൊണ്ടായിരുന്നു അത്. ഓഫീസിൽനിന്നും അധികദൂരമുണ്ടായി
രുന്നില്ല ഹേമന്തിന്റെ ഫ്ളാറ്റിലേക്ക്. മൂന്നാം നിലയിൽ ലിഫ്റ്റ് നിൽക്കു
മ്പോൾ മുൻവശത്തുതന്നെ ഹേമന്തിന്റെ അമ്മ കാത്തുനിൽപ്പുണ്ടാ
യിരുന്നു. ഒരമ്മയുടെ സരളത അവരുടെ ഓരോ ചലനത്തിനും തുടിച്ചു
നിന്നു. അടുത്ത ബന്ധുക്കളെ വളരെ കാലത്തിനുശേഷം കാണുന്ന
തുപോലെ ഒരു സൗഹൃദം സരസിജയ്ക്ക് അവരോട് പെട്ടെന്നുണ്ടായി.

സരസിജയോട് പറയാതെ താൻ ഒരു സ്വാതന്ത്ര്യമെടുത്തെന്ന
ക്ഷമാപണത്തോടെ അമ്മ സരസിജയെ കാണാനാണ് വന്നതെന്ന്
ഹേമന്ത് അറിയിച്ചപ്പോഴാവണം ശരീരം കോച്ചിവലിക്കാൻ തുടങ്ങിയത്.
ചർമത്തിന്റെ സുതാര്യതയിൽ നഖങ്ങളാഴ്ത്തി വൈറസുകൾ
കോശങ്ങളിലേക്ക് ചുഴിഞ്ഞിറങ്ങുന്നത് സരസിജ ശരിക്കും അനുഭവിച്ചു.
വിയർപ്പുകിനിയുന്ന വിരലുകൾ മുഖത്തെ പകപ്പു കണ്ടാകണം ഹേമന്ത്
അടുത്തേക്ക് വന്നു. കസേരയിൽ ഇരിക്കുവാൻ സഹായിക്കുമ്പോൾ ശരീ
രത്തിന്റെ മുഴുവൻ ഭാരവും അനുഭവപ്പെടാതിരിക്കാൻ അയാൾ
പ്രത്യേകം ശ്രദ്ധിക്കുന്നുണ്ടായിരുന്നു.

"പെട്ടെന്നൊരുത്തരം ഞാൻ പ്രതീക്ഷിക്കുന്നില്ല. അമ്മയുടെ
സമ്മതം കിട്ടിയ സ്ഥിതിക്ക് അധികം താമസിപ്പിക്കരുതെന്ന അപേക്ഷ
യുണ്ട്."

കൂടെവന്ന് യാത്രയാക്കുന്നതിന് മുമ്പ് ഹേമന്ത് ഓർമിപ്പിച്ചു.

രണ്ടുദിവസം കഴിഞ്ഞിട്ടും പനി വിട്ടുമാറിയില്ല. സാധാരണ ഒരു
പാരസെറ്റമോളിലോ അല്ലെങ്കിൽ ഒരു ചുക്കുകാപ്പിയുടെ എരിവിലോ ജ്വരം
ശരീരത്തിൽ നിന്ന് ഇറങ്ങിപ്പോകാറാണ് പതിവ്. മൂന്നാമത്തെ ദിവസം
ലിഫ്റ്റ് ഉപേക്ഷിച്ച് പിരിയൻ ഗോവണി കയറുമ്പോൾ ഹേമന്തിനെ താൻ
ബോധപൂർവം അവഗണിക്കുകയാണെന്ന് ജാള്യത്തോടെ അവൾ
ഓർത്തു. കഴിഞ്ഞ രണ്ടുദിവസങ്ങളിലും ഹേമന്ത് അഞ്ചിൽ കൂടുതൽ
തവണ വിളിച്ചിരുന്നു.

രാത്രി വൈകിയാണ് മുറിയിൽ തിരിച്ചെത്തിയത്. ഹേമന്ത് അവി
ടെയും വന്നിരുന്നുവെന്ന് ബോധ്യമായി. ജീവിതത്തിലെ പരമപ്രധാനമായ
ഏതോ രഹസ്യം മറച്ചുവെച്ച ആത്മസുഹൃത്തിനെപ്പോലെ അപരിചി
തത്വം നിറഞ്ഞതായിരുന്നു ഇന്ദ്രജയുടെ പെരുമാറ്റം. രാത്രി വീണ്ടും പനി
കലശലായി.. അതിനിടയിലാണ് അമ്മ വിളിച്ചത്. തുറക്കാത്ത ഫയൽ
പോലെ മനസിലെവിടെയോ പൊടിപിടിച്ചുകിടക്കുന്ന അമ്മയുടെ
കത്തിലെ വാചകങ്ങൾ അപ്പോൾ ഓർമിച്ചു. ബ്രിഗേഡിയർ രാമൻമേ
നോന്റെ മകന്റെ ലീവ് തീർന്നുതുടങ്ങുന്നുവെന്നും ഉടനെ മറുപടി എഴു
തണമെന്നുമായിരുന്നു അത്. അച്ഛൻ പണ്ടെങ്ങോ പറഞ്ഞിട്ട, ഇപ്പോഴും
അമ്മയുടെ ഉള്ളിൽ അവശേഷിക്കുന്ന ഗൃഹാതുരത്വത്തിന്റെ എച്ചിൽ

തുണ്ടങ്ങൾ.

"സരസിജേ, ഹേമന്ത് ഇപ്പോഴും വിളിച്ചു. നിനക്കയാളെ ഇഷ്ടമ ല്ല്യാച്ചാ അതെങ്കിലും തുറന്നുപറഞ്ഞൂടെ.."

കുറിയരിക്കഞ്ഞിയും ചമ്മന്തിയും ഉണ്ടാക്കിക്കൊണ്ടുവന്നപ്പോൾ ഇന്ദ്രജയുടെ ശബ്ദത്തിൽ ഗൗരവം വലിഞ്ഞു. സരസിജയും ഇപ്പോൾ അതുതന്നെ ആലോചിക്കുകയായിരുന്നു. ഹേമന്തിനെപ്പോലെ ഒരു ചെറു പ്പക്കാരനെ ആരാണ് ഇഷ്ടപ്പെടാതിരിക്കുക? ഭാവിവരനെക്കുറിച്ച് പത്തുസങ്കൽപ്പങ്ങൾ മെനയുകയാണെങ്കിൽ അതിൽ എട്ടുഗുണങ്ങളും ഹേമന്തിനുണ്ടാവുമെന്ന് ഉറപ്പാണ്. എന്നിട്ടും താനെന്തിനാണ് അയാളിൽ നിന്നും വഴുതി മാറുന്നത്.

രാത്രി സരസിജയ്ക്ക് ഉറങ്ങാനായില്ല. പനിയുടെ ഏറ്റമിറക്കങ്ങൾക്ക നുസൃതമായി സ്വപ്നവും യാഥാർഥ്യവും തിരിച്ചറിയാനാവാതെ മഞ്ഞു പാളികൾക്കുള്ളിലൂടെ മനസ്സ് അനാഥമായി അലയുകയായിരുന്നു. ചില പ്പോൾ ഇന്ദ്രജയുടെ കൈവിരലുകൾ സ്വപ്നംപോലെ നെറ്റിയിൽ തഴുകു ന്നതും ഇടയ്ക്കിടെ ഒരു താരാട്ടിന്റെ താളം അവയിൽ രൂപം കൊള്ളു ന്നതും അറിയുന്നുണ്ടായിരുന്നു. കാഴ്ചകളുടെ ആഴപ്പരപ്പിൽ കറുപ്പും വെളുപ്പും നിറഞ്ഞ നിഴലില്ലാത്ത ചിത്രങ്ങൾ അതിവേഗം ചലിക്കുന്നതു കണ്ട് നടുങ്ങി. നീരുവറ്റിയ തൊണ്ടയിൽ ഒരു നിലവിളി പനിച്ചൂടിൽ പഴുത്ത് വിങ്ങി.

നേരം പുലരുംമുമ്പേ എഴുന്നേറ്റു. പനിക്കുളിരിന്റെ ഇടവേളയിലെവി ടെയോ ആയിരിക്കണം തെല്ലാശ്വാസം തോന്നി.. ഇന്ദ്രജയെ വിളിച്ചുണർ ത്താതെ സരസിജ വസ്ത്രങ്ങളെല്ലാം ഒരു ബാഗിൽ കുത്തിനിറയ്ക്കാൻ തുടങ്ങി.

സ്റ്റേഷനിൽ ട്രെയിൻ പുറപ്പെടാൻ തയാറെടുക്കുകയായിരുന്നു. ബുധ നാഴ്ചകളിലെ തിരക്കൊഴിഞ്ഞ സ്റ്റേഷനിലേക്ക് വെളിച്ചവും കടന്നുവരാൻ അറച്ചുനിന്നു. ജനലിനോട് ചാരിയുള്ള സീറ്റിൽ ആശ്വാസത്തോടെയാണ് ചെന്നിരുന്നത്.

ട്രെയിൻ പതുക്കെ ചലിച്ചുതുടങ്ങിയപ്പോൾ ഒരു തെർമോമീറ്ററിൽ നിന്നിറങ്ങുന്ന രസനിരപ്പുപോലെ പനി ശരീരത്തിൽനിന്നും ഇറങ്ങി പോകുന്നത് അനുഭവപ്പെട്ടു. രോമകൂപങ്ങളിൽ സൂചിക്കുത്തേറ്റപോലെ വിയർപ്പുകുമിളകൾ. പ്രണയവും ജ്വരവും ഒരു ദാർശനിക സമസ്യയുടെ രണ്ടറ്റങ്ങളാണെന്ന് സരസിജയ്ക്ക് പെട്ടെന്ന് തോന്നി.. മൂർധന്യത്തിൽ രണ്ടും നമ്മെ കൈവിടുന്നു.

ശിഷ്ടം:

ഹേമന്ത്, ഉറക്കം നീരുകെട്ടിയ കണ്ണുകളിൽ ഒരു തലോടലായി ഒരാലസ്യത്തിന്റെ കൈകൾ തടവുമ്പോഴാണ് സെൽഫോൺ ശബ്ദിച്ചത്. ചാടിയെണീറ്റ് സെൽഫോണെടുത്തതും ഹൃദയം വിറച്ചു. സരസിജയുടെ സന്ദേശം. ഒരു സ്ഫോടനവസ്തുവിന്റെ ചരടഴിക്കുന്ന ഹൃദയമിടിപ്പോടെ അയാൾ സന്ദേശം തുറന്നു. ജാലകത്തിൽനിന്നും ഒരു പ്രാവ് ചിറകടി

യോടെ അന്നേരം വെയിലിലിലേക്ക് പറന്നുയരുന്നത് ഹേമന്ത് കണ്ടു.

ഇന്ദ്രജ, ഉറക്കത്തിൽ നിന്നുണർന്ന് എഴുന്നേൽക്കാതെ തന്നെ സര സിജയെ നോക്കി. ശൂന്യമായ കിടക്കയിൽ തട്ടി കാഴ്ച ബാത്ത്റൂമിന്റെ വാതിലിലേക്ക് നീണ്ടു. എഴുന്നേറ്റ്, ശൂന്യമായ അലമാരകളും പെട്ടികളും പിന്നിട്ട് ഇന്ദ്രജ ടി വി സ്റ്റാന്റിനടുത്തേക്ക് നടന്നു. അവൾ പ്രതീക്ഷിച്ച തുപോലെ അവിടെ ഒരു കുറിപ്പ് നാലായി മടക്കിവെച്ചിട്ടുണ്ടായിരുന്നു. അതു വായിക്കാൻ നിൽക്കാതെ ഇന്ദ്രജ ഉറക്കക്ഷീണത്തോടെ കുളി മുറിയിലേക്ക് നടന്നു.

സരസിജ, തീവണ്ടി വല്ലാത്ത മുരൾച്ചയോടെ ഒരു പാലത്തിലേക്ക് കടന്നു. ജാലകത്തിനപ്പുറം കണ്ടുതുടങ്ങിയ പച്ചിലകളിൽ മഞ്ഞുപടർന്ന് കിടക്കുന്നുണ്ടായിരുന്നു. അവൾക്കന്നേരം കുളിരനുഭവപ്പെട്ടു. കാതങ്ങൾ ക്കകലെ അജ്ഞാതമായ ഒരു സ്റ്റേഷനിൽ അപരിചിതനായ ഒരാൾ തന്നെ കാത്തിരിക്കുന്നുണ്ടാവുമെന്ന കൽപ്പനയിൽ ഉന്മത്തയായി, സരസിജ ജാലകത്തിലൂടെ പുറത്തേക്ക് നോക്കിയിരുന്നു.

ഓർമകളുടെ ജാലകം

ഇരുട്ടു വീണുകിടക്കുന്ന തുരങ്കംവിട്ടു തീവണ്ടി പുറത്ത് കടന്നത് ഒരു ദുഃസ്വപ്നം കണ്ട് ഞെട്ടിയുണർന്ന നിലവിളിയോടെയായിരുന്നു. തണുത്ത കാറ്റ് കമ്പാർട്ട്മെന്റിലെ ചൂടുപഴുപ്പിച്ചെടുത്ത വായുവിനെ തെല്ലൊന്ന് അലിയിച്ചു തുടങ്ങിയപ്പോൾ യാത്രയുടെ നിർവികാരത വീണ്ടും അകത്തേക്ക് മടങ്ങി വന്നു.

ഏറെനേരം അലട്ടിയിരുന്ന ചിന്തകളും ആധികളും നിശ്ചലമായ ഒരു നിമിഷമാണ് കാറ്റ് ഒരു കനിവ് പടർത്തി മനസിലേക്ക് ഒഴുകാൻ തുടങ്ങിയത്. കാറ്റിൽ എന്തൊക്കെയോ പരിചിതമായ പൂക്കളുടെ നനഞ്ഞ ഗന്ധം അമർന്നു കിടന്നിരുന്നു.

നാരായണേട്ടൻ ഇപ്പോഴും വിൻഡ് സ്ക്രീനിൽ കൈകുത്തി തലതാ ഴ്ത്തിയിരിപ്പാണ്. ഉറങ്ങുകയായിരുന്നില്ല. കൈ നെറ്റിയിൽ പരതി ഓർ മകളെ തൊട്ടുതൊട്ടുണർത്താൻ ശ്രമിച്ച്, ചിലപ്പോൾ അതിൽ പരാജയ പ്പെട്ട്, ചിന്തകളിൽ സ്വയം നഷ്ടപ്പെട്ടങ്ങനെ....

വണ്ടിയിൽ തിരക്ക് കുറവായിരുന്നു. പ്രായംചെന്ന ഒരു സ്ത്രീയും പുരുഷനും എതിരെ ഇരിപ്പുണ്ടായിരുന്നു. ചുളിവുകൾ വീണ മുഖം ഡാകിനി മുത്തശ്ശിയോളം വാർധക്യത്തിലെ വൈകൃതഭാവങ്ങളെ ധനി പ്പിക്കുന്നുണ്ടായിരുന്നു. തൊട്ടപ്പുറത്ത് ഇരിക്കുന്ന മെലിഞ്ഞ ചെറുപ്പക്കാ രൻ യാദൃച്ഛികമായി കിട്ടിയ പുസ്തകത്തെയെന്നോണം നളിനി ജമീല യെ ആസക്തിയോടെ വായിക്കുന്നു.

നാരായണേട്ടൻ എന്തായിരിക്കും ചിന്തിക്കുന്നത്..? പ്രായത്തെക്കാൾ കൂടുതൽ പരവേശം ഇപ്പോൾ നാരായണേട്ടന്റെ ഓരോ ചലനത്തിലും ദൃശ്യമാണ്. തന്നിലേക്ക് തന്നെ മുഖം പൂഴ്ത്തിയുള്ള ഇരിപ്പിനുപോലു മുണ്ട് വർഷങ്ങളുടെ കനത്ത ഭാരം. വളരെ വർഷങ്ങൾക്ക് മുമ്പ് ഒരിക്കൽ എന്നെ കാണാൻ വന്ന ദിവസവും നാരായണേട്ടന്റെ മുഖത്ത് ഇത്രയും

പരവശമുണ്ടായിരുന്നു. ഏതൊക്കെയോ ചിന്തകളിൽ അമർന്ന് വീടിന്റെ ചായ്പിൽ സൂചിയുടെ ദ്വാരത്തിലൂടെ നൂൽ കടത്താൻ ശ്രമിച്ചിരിക്കുമ്പോ ഴാണ് പടികടന്ന് ദുർബലമായ ചുവടുകളോടെ നാരായണേട്ടൻ വന്നതും ഒന്നും മിണ്ടാതെ താഴെ സീമന്റടർന്ന തിണ്ടിൽ തളർന്നിരുന്നതും. തുന്നി ക്കൊണ്ടിരുന്ന അടിവസ്ത്രങ്ങൾ താഴെയിട്ട് എഴുന്നേൽക്കാൻ തുടങ്ങി യപ്പോൾ നാരായണേട്ടൻ കൈകൊണ്ട് തടഞ്ഞു.

"സുജാതയോട് ഒരുട്ടം പറയാനുണ്ട്. എങ്ങനെ പറേണംന്നറീല്ലു.. ധൈര്യമില്ലാന്നെന്നെ കുട്ടിക്കോളൂ. പക്ഷേ, പറയാണ്ടിരുന്നാല്... അത് വയ്യ.."

ഒരു നിശ്വാസം നാരായണേട്ടനിൽനിന്ന് പുറത്തേക്ക് കപ്പി.. മദ്യ ത്തിന്റെ രൂക്ഷഗന്ധത്തെ ഇത്തിരി മയപ്പെടുത്തി കാറ്റ് ഇരുവർക്കുമിടയിൽ പതുങ്ങി നിന്നു. മദ്യപിച്ച് മുന്നിൽ വരികയോ, കുടിക്കുന്ന ആളാണെന്ന തോന്നലോ അതിന് മുമ്പൊന്നും നാരായണേട്ടൻ ഉണ്ടാക്കിയിരുന്നില്ല. മദ്യപാനിയെ മുമ്പ് കണ്ടത് അച്ഛനിലായിരുന്നു. സർവദൈന്യത്തോ ടെയും ആസുരഭാവങ്ങളോടെയും.

ചോദ്യം വിടർത്തിയ കണ്ണുകളോടെ നിൽക്കുമ്പോൾ ധൈര്യം മുറിഞ്ഞ മൗനത്തിന്റെ അടരുകൾ നാരായണേട്ടന്റെ ചുണ്ടുകളിൽ വിലങ്ങി.. തടിച്ച ചുണ്ടുകൾ വാക്കുകൾക്കായി ശൂന്യതയിൽ അർധ വൃത്താകൃതിയിൽ ചലിച്ചു.

"ഞാൻ സുജാതയെ കല്യാണം കഴിക്കട്ടെ? കുറേ വട്ടം ആലോ ചിച്ചു. സുജാതയെ എനിക്കിഷ്ടമാണ്."

കണ്ണുകളിലെ നടുക്കം കാണാനാവാത്തവിധം നാരായണേട്ടൻ പെട്ടെന്ന് മുഖം താഴ്ത്തി. എങ്കിലും പ്രതീക്ഷയുടെ നാളങ്ങൾ ഇടയ്ക്കിടെ ആ മുഖത്ത് ജലത്തിൽ വീണ പ്രകാശത്തിന്റെ അലകളായി മിടിച്ചു.

ഏട്ടൻ എനിക്ക് കല്യാണം ആലോചിച്ചുകൊണ്ടിരിക്കുന്ന സമയമാ യിരുന്നു അത്. ഏട്ടന്റെ കൂടെ ഒരു ദിവസം വീട്ടിൽ വന്നപ്പോഴാണ് നാരാ യണേട്ടനെ ആദ്യമായി കാണുന്നതും. പ്രത്യേകതയൊന്നും തോന്നിയില്ല. ഏട്ടന് ധാരാളം സുഹൃത്തുക്കളുണ്ടായിരുന്നു. എറണാകുളത്തുനിന്ന് മാറ്റം കിട്ടിയാണ് നാരായണേട്ടൻ നിലമ്പൂരിലേക്ക് വന്നത്.

കൃഷി ആപ്പീസിലെ ഉദ്യോഗസ്ഥനാണെന്ന പരിമിതമായ അറിവു മാത്രം വെച്ച് നാരായണേട്ടനെ അളന്നുനോക്കാനും അന്ന് കഴിയുമായി രുന്നില്ല.

അവസാനമായി വന്ന കല്യാണാലോചന മനസിൽനിന്ന് തീർത്തും പടിയിറങ്ങിപ്പോയിരുന്നില്ല. സുഗതൻ എന്നുപേരായ ഒരാൾ. ഇൻഷു റൻസ് കമ്പനിയിലായിരുന്നു അയാൾക്ക് ജോലി.. വിവരം അറി യിക്കാമെന്ന് പറഞ്ഞു പോയിട്ട് ഒരു മാസത്തോളമായിരുന്നു. മാത്രമല്ല മനസിലുണ്ടായിരുന്ന ചില സങ്കൽപ്പങ്ങൾക്ക് ഒട്ടും ചേരുന്നതായിരുന്നില്ല നാരായണേട്ടന്റെ മട്ടും ഭാവവും. ഏതോ ബുദ്ധിജീവി സിനിമയുടെ ജാടകളിൽ നിന്നിറങ്ങിവന്നപോലെ ഇരുട്ടിന്റെയും മൗനത്തിന്റെയും

അകമ്പടിയോടെയല്ലാതെ നാരായണേട്ടനെ സങ്കൽപ്പിക്കാൻപോലും കഴി
യുമായിരുന്നില്ല.

"അതിനിപ്പോ.. നാരായണേട്ടനെറിയാലോ.. കല്യാണം ഏതാണ്ടുറ
ച്ചതുപോലെയാണ്. അതുമാത്രമല്ല നാരായണേട്ടനെ ഞാനങ്ങനെ..."

പെട്ടെന്ന് നാരായണേട്ടൻ എഴുന്നേറ്റു. കണ്ണുകളിലേക്ക് കുറെക്കൂടി
മഞ്ഞിറങ്ങിവന്നതുപോലെ തോന്നിച്ചു.

"ഞാൻ വന്നത് ഏട്ടനോട് പറയേണ്ട. സുജാതേം ഞാനിവിടെ വന്നി
ല്ല്യാന്നും, ഒന്നും പറഞ്ഞില്ല്യാന്നും കരുതിക്കോളൂ.."

വേയ്ക്കുന്ന കാലടികളോടെ ആടിയാടി നാരായണേട്ടൻ മുറ്റത്തേ
ക്കിറങ്ങി നടന്നു. തൊടിയുടെ അതിർത്തിയിലൂടെ വാകമരത്തിൽ
കയ്യൂന്നി ദൈന്യതയുടെ ഏറ്റവും മൂർത്തമായ ഒരു രൂപം മനസിൽ
അവശേഷിപ്പിച്ചുകൊണ്ട് തെല്ലിട തിരിഞ്ഞുനിന്നു. പിന്നെ മനസിന്റെ
പടികൾ ഓരോന്നായി പതുക്കെ ഇറങ്ങിപ്പോയി.

ഓർമകളിൽനിന്ന് നാരായണേട്ടൻ പകപ്പോടെ ചുറ്റും നോക്കി. വണ്ടി
ഏതോ സ്റ്റേഷനിൽ നിന്നിരിക്കുന്നു. എതിരെ ഇരുന്നിരുന്ന ചെറു
പ്പക്കാരൻ ജിജ്ഞാസ അടങ്ങാത്ത കണ്ണുകളോടെ ഇറങ്ങിപ്പോകുന്നത്
കണ്ടു. മുത്തശ്ശി ഓർമകളുടെ ചരടുകൾ ഇടയ്ക്കിടെ അറ്റ് ഞെട്ടി മുഖ
മുയർത്തുകയും പിന്നെ മയക്കത്തിലേക്ക് ഒരാശ്വാസത്തോടെ വീഴുകയും
ചെയ്തു. പെട്ടെന്നാണ് അവർ കയറിവന്നത്. ഒരു ചെറുപ്പക്കാരനും പെൺ
കുട്ടിയും. ഏതൊക്കയോ കമ്പാർട്ട്മെന്റുകൾ കയറിയിറങ്ങിയാവണം
അവർ ഒടുവിൽ പൊതുവെ തിരക്ക് കുറഞ്ഞ ഒരിടം കണ്ടെത്തിയത്.
ചുറുചുറുക്കോടെ ചെറുപ്പക്കാരൻ സമീപത്ത് തന്നെ ഇരിപ്പിടം ശരിയാക്കി.
പെൺകുട്ടിയാവട്ടെ ബാഗുകൾ ഭദ്രമായി മുകളിലെ ബർത്തിൽ വച്ചു
നാരായണേട്ടനെ ഒന്ന് പാളിനോക്കി. ദേഹമുരുമ്മി പെൺകുട്ടി അരികി
ലിരിക്കുമ്പോഴെങ്കിലും നാരായണേട്ടൻ തല ചെരിച്ചു നോക്കേണ്ടതാ
യിരുന്നു. എന്നാൽ നാരായണേട്ടൻ അത് ശ്രദ്ധിക്കുന്നുണ്ടായിരുന്നില്ല.
പെൺകുട്ടി ലിപ്സ്റ്റിക്കിന്റെ ചോരക്കറ നാവുകൊണ്ട് മൃദുവാക്കി ഹൃദ്യ
മായി പുഞ്ചിരിച്ചു.

ചെറുപ്പക്കാരൻ അൽപ്പം അകലം പാലിച്ചാണ് ഇരുന്നത്. അവർ
ഇടയ്ക്കിടെ നോക്കി കണ്ണുകളിലൂടെ പ്രണയം പരസ്പരം ജ്വലിപ്പിച്ചു.
നാരായണേട്ടന്റെ നോട്ടം ചെന്നെത്തിനിൽക്കുന്ന പ്ലാറ്റ്ഫോമിനപ്പുറത്ത്,
കാറ്റിൽനിന്നും തെന്നിനീങ്ങി വെയിൽ വീണു നിറയാൻ തുടങ്ങിയിരി
ക്കുന്നു.

സുഗതനെ പെട്ടെന്ന് ഓർത്തുപോയി. ഒരുപക്ഷേ ചെറുപ്പക്കാര
നാവും ആ ഓർമ കൊണ്ടുവന്നിരിക്കുക. അവൻ മുടി പിറകുവശത്തേക്ക്
ചീകി വെയ്ക്കുന്ന രീതിയുമാവാം. വളരെ വർഷങ്ങളായിട്ടുണ്ടാവണം
സുഗതനെ ഓർത്തിട്ടുതന്നെ.

'ആളുകളെ കാണുമ്പോഴേ നിനക്കോർമ കാണൂ. അല്ലാത്തപ്പോൾ
ഒന്നുവിളിക്കാൻപോലും തോന്നില്ലല്ലോ' എന്ന കുറ്റപ്പെടുത്തൽ ഏട്ടനിൽ

നിന്നാണ് എപ്പോഴുമുണ്ടാവുക. അത് ഒരർഥത്തിൽ ശരിതന്നെ. കാലം പലപ്പോഴും നമ്മുടെ കണ്ണുകൾ മൂടിക്കെട്ടാറുണ്ടല്ലോ. ഓർമകളുടെ തിമിരം എന്നൊക്കെ വിശേഷിപ്പിക്കും ചില കവികൾ. ഏട്ടനും ചിലപ്പോൾ കവിതയുടെ അസ്കൃതയുണ്ട്. പണ്ടൊക്കെ എഴുതാറുണ്ടായിരുന്നു. എന്നാൽ കിടപ്പിലായശേഷം ഒന്നും എഴുതാൻ വയ്യ.

അന്ന് പടിയിറങ്ങിപ്പോയ നാരായണേട്ടനെ ഓർക്കുന്നതും വളരെ കഴിഞ്ഞാണ്. സുഗതന്റെ മരണവുമായിട്ടാണ് ആ ഓർമകൾ തോട് പൊട്ടിച്ചെത്തിയത്. കല്യാണത്തിനുശേഷം സുഗതന്റെ കാര്യങ്ങൾ തന്നെ നേരാവണ്ണം നോക്കാൻ സമയം കിട്ടിയിരുന്നില്ല. ഒരു ഇൻഷുറൻസ് കമ്പനിയിലെ ജീവനക്കാരന്റെ ആവശ്യങ്ങൾ നിറവേറ്റാൻ ഒരാൾ മാത്രം തികയില്ല എന്ന് എപ്പോഴുംതന്നെ ശുണ്ഠി പിടപ്പിച്ചിരുന്ന സുഗതൻ, പക്ഷേ, മുറിച്ചു കടക്കാനാവാത്ത നദിയെപ്പോലെ സമയത്തിന്റെ വലിയ ശൂന്യത മുന്നിൽ അവശേഷിപ്പിച്ചുകൊണ്ടാണ് നിഷ്കാസിതനായത്. ഒരു ബൈക്ക് യാത്രയുടെ ആസുരതയിൽ എല്ലാ സ്വപ്നങ്ങളെയും ഞൊടിയിടയിൽ ശൂന്യമാക്കിക്കൊണ്ട്.

ഇൻഷുറൻസ് ക്ലെയിമിന് എറണാകുളത്ത് പോകേണ്ടിവന്നപ്പോൾ നാരായണേട്ടനെയും ഒന്ന് കണ്ടിട്ട് പോകാമെന്ന് ഏട്ടൻ പലയാവർത്തി പറഞ്ഞു. എതിർത്തപ്പോഴും കാരണം ഏട്ടനറിയാമായിരുന്നില്ല. പരിചയ മുള്ളവരെ അഭിമുഖീകരിക്കാനുള്ള വിഷമമാണെന്ന് കരുതി സമാധാ നിച്ചു കാണണം പാവം ഏട്ടൻ.

വലിയ ഒരു തറവാട്ടിലെ മാലതി എന്നുപേരുള്ള സ്ത്രീയെയാണ് നാരായണേട്ടൻ കല്യാണം കഴിച്ചത് എന്നും, ജോലി ഉപേക്ഷിച്ച് എറണാ കുളത്തുതന്നെ വീടുവെച്ചുവെന്നും എപ്പോഴോ കേട്ടിരുന്നു. അവരെ കാണാൻ ആഗ്രഹം തോന്നിത്തുടങ്ങിയതും എന്നാണെന്നറിയില്ല. കടുത്ത ഏകാന്തതയിൽ എന്തെല്ലാം ചിന്തകളും ആഗ്രഹങ്ങളുമാണ് മനസിൽ വീണുനിറയുന്നത്. എന്നാൽ മാലതിയെ നേരിൽ കണ്ടപ്പോൾ തെല്ലമ്പരന്നു. തടിച്ച് പ്രായം തോന്നിക്കുന്ന ഒരു സ്ത്രീ. അപ്രതീക്ഷിത മായ ഒരോണക്കാലത്ത് മാലതി വീട്ടിലേക്ക് വരികയായിരുന്നു.

സുജാതയെ എനിക്കറിയാം. നാരായണേട്ടൻ എല്ലാം എന്നോട് പറഞ്ഞിട്ടുണ്ട് എന്ന മുഖവുരയോടെ മാലതി വളരെക്കാലത്തെ പരിചയം പെട്ടെന്നുണ്ടാക്കിയെടുത്തു. പിടിക്കപ്പെട്ട ഒരു കുറ്റവാളിയെപ്പോലെ അവ രുടെ മുന്നിൽ ചെറുതാകുന്നതുപോലെ തോന്നി. മാലതിയുടെ കണ്ണുക ളിലെ ആജ്ഞാശക്തി ആരെയും ആകർഷിക്കുകയും നിശ്ശബ്ദമാക്കു കയും ചെയ്യുമായിരുന്നു.

"കുറെ നാളായി ആലോചിക്കുകയായിരുന്നു. നാരായണേട്ടനെ സുജാതക്കറിയാലോ. ഒരു കുട്ടിയുടെ മനസ്സാ."

"കുറെയൊക്കെ അറിയാം."

"ഞങ്ങൾക്കിതുവരെ കുട്ടികളുണ്ടായില്ല. കുറെ മരുന്നുകൾ കഴിച്ചു രണ്ടുപേരും. ഫലമൊന്നുമുണ്ടായില്ല. അതിന്റെ റിയാക്ഷനാവണം. ഓവ

റീല് ട്യൂമർ വന്നു. തുടക്കത്തില് അത്ര ശ്രദ്ധിച്ചില്ല. ഇപ്പോ ജീവിതത്തിൽ നിന്ന് എടുത്തുമാറ്റാൻ ആവാത്തവിധം അത് വളർന്നുതുടങ്ങിയിരിക്കുന്നു. അധികകാലമുണ്ടാവില്ല എന്നുപറയുന്നു ഡോക്ടർമാർ. സുജാതയും ഏതാണ്ടിപ്പോൾ തനിച്ചല്ലേ. കഴിയുമെങ്കിൽ സുജാത ഞങ്ങളെ സഹായിക്കണം."

ജീവിതത്തിലെ ഏറ്റവും സങ്കീർണമായ ഒരു പ്രശ്നമവതരിപ്പിച്ച പ്പോഴും മാലതി പതറിയില്ല. കണ്ണുകൾ നിറയുകപോലും ചെയ്തില്ല. നിർവികാരതയുടെ അടരുകൾ അവരുടെ ആത്മസംഘർഷങ്ങളെ തട വിലിട്ടപോലെ മാലതിയുടെ മുഖത്ത് ഒരു വിളർച്ച മാത്രം പ്രത്യക്ഷപ്പെട്ടു.

ആലോചിക്കുവാൻ സമയം ഏറെയുണ്ടായിരുന്നെങ്കിലും പെട്ടെന്ന് അനുകൂലമായ ഒരു തീരുമാനം ഉണ്ടായപ്പോൾ അത്ഭുതപ്പെട്ടത് നാരായ ണേട്ടനായിരിക്കണം. വീട്ടിൽ ചെന്നുകയറിയതുമുതലേ വല്ലാത്ത വെപ്രാളമായിരുന്നു. രണ്ടുമണിക്കുറിലേറെ മാലതി ഓരോ കാര്യങ്ങൾ ചോദിച്ചുകൊണ്ടിരുന്നപ്പോഴും നാരായണേട്ടൻ ഒരക്ഷരം മിണ്ടിയില്ല. മാലതിയെ നാരായണേട്ടന് വലിയ ബഹുമാനമായിരുന്നു.

അസുഖം കൂടിയതിൽ പിന്നെ ഒരു നിമിഷംപോലും അവരെ വിട്ടുനി ന്നിട്ടില്ല. പലപ്പോഴും മാലതി നിർബന്ധിച്ചിട്ടാണ് തന്റെ അടുത്തേക്ക് വന്നി രുന്നതും. എന്നാൽ അടുത്ത് വന്ന് നിൽക്കുകയല്ലാതെ ഒന്നും സംസാ രിക്കുമായിരുന്നില്ല. ഓർമകളുടെ ഏകാന്തതയിൽ അലഞ്ഞും കാലിടറി വീണും നാരായണേട്ടൻ അങ്ങനെ അകലേക്ക് നോക്കിയിരിക്കുമ്പോഴും പറയാത്ത വാക്കുകളെ സ്വയം മനസിലിട്ട് വേവിച്ചെടുക്കുമ്പോഴും ഉള്ളം പിടയുന്നത് അടുത്തുനിൽക്കുന്ന ആർക്കും കൃത്യമായി വായിച്ചെടുക്കാം. ഇരുവർക്കുമിടയിൽ മൗനം വല്ലാതെ ഘനീഭവിച്ചുതുടങ്ങുമ്പോൾ വല്ലതും പറഞ്ഞ് മുറിയിലേക്ക് പോകുകയാണ് പതിവ്. മാലതി കരുതുന്നതു പോലെ തീവ്രമായ പ്രണയമോ സ്നേഹമോ നാരായണേട്ടനോട് ഉണ്ടാ യിരുന്നില്ല എന്നത് എനിക്കും നാരായണേട്ടനും മാത്രം അറിയാവുന്ന കാര്യമായിരുന്നല്ലോ. മാലതിയോടുള്ള അടങ്ങാത്ത സ്നേഹമാണ് തന്നെക്കൂടി ജീവിത യാത്രയിൽ കൂട്ടാൻ നാരായണേട്ടനെ പ്രേരിപ്പിച്ചത് എന്നും അറിയാമായിരുന്നു.

ഉച്ചത്തിലുള്ള ചെറുപ്പക്കാരന്റെ ചിരി, ലോഹപാളികൾ പഴുപ്പിച്ചെ ടുത്ത നിശ്വാസങ്ങളിലേക്കാണ് ഉണർത്തിയത്. പെൺകുട്ടി പറഞ്ഞ ഏതോ തമാശയിൽ പങ്കുചേർന്ന് നാരായണേട്ടൻ ചിരിക്കുകയാണ്. ചെറു പ്പക്കാരനിപ്പോൾ ഇരിക്കുന്നത് നാരായണേട്ടനും പെൺകുട്ടിക്കുമിടയി ലാണ്. മാലതിയുടെ മരണം കഴിഞ്ഞ് ഒരാഴ്ചയിലേറെയായിട്ടും നാരാ യണേട്ടൻ ചിരിക്കുന്നത് കണ്ടിരുന്നില്ല. മാലതിയുടെ അന്ത്യകർമങ്ങൾ ഓരോന്നായി ചെയ്യുമ്പോൾ ആ ചുണ്ടുകൾ രക്തച്ഛവിയോടെ വിതുമ്പു ന്നുണ്ടായിരുന്നു.

അവർ ചോദിക്ക്യാ അവരും നമ്മുടെ കൂട്ടത്തില് കുടിക്കോട്ടെയെന്ന്. പാവങ്ങൾ. രജിസ്റ്റർമാര്യേജ് കഴിഞ്ഞുവരികയാ. രണ്ടാളെയും വീട്ടിൽ

കേറ്റില്ല്യാത്രെ. സുജാതയോട് ചോദിക്കട്ടേന്ന് പറഞ്ഞു ഞാൻ.

പെൺകുട്ടിയും ചെറുപ്പക്കാരനും ഇത്തിരി ദൂരം മാറിപ്പോയപ്പോൾ നാരായണേട്ടൻ പതിഞ്ഞ ശബ്ദത്തിൽ ചോദിച്ചു.

"ഞാനാലോചിക്യാ.. എനിക്കും സുജാതയ്ക്കും ഇടയ്ക്ക് എപ്പോഴും ഓരോരുത്തരുണ്ടായിരുന്നു. ആദ്യം ഏട്ടൻ പിന്നെ മാലതി.. ഇനി ഇവരാ യിക്കോട്ടെ അല്ലേ..?"

ഐസ്ക്രീമുമായി അവർ തിരിച്ചുവന്നപ്പോൾ സംസാരം മുറിഞ്ഞു. ചെറുപ്പക്കാരൻ നീട്ടിയ ഐസ്ക്രീം വാങ്ങി നാരായണേട്ടൻ ചോദ്യം കൂർത്തു കിടക്കുന്ന കണ്ണുകൾ മുഖത്തിന് നേരെ നീട്ടി. ഐസ്ക്രീമിന്റെ പാൽപ്പത ചുണ്ടുകളിൽനിന്ന് തെല്ലുജാള്യത്തോടെ തുടയ്ക്കുമ്പോൾ അറിയാതെ എന്റെ ചുണ്ടിൽ ഒരു ചിരി മിന്നിമാഞ്ഞുവോ...? മനസിനെ കുഴക്കിക്കൊണ്ടിരുന്ന ഒരു കടങ്കഥയ്ക്കുത്തരം ലഭിച്ചതുപോലെ സമാ ധാനത്തോടെയാണ് നാരായണേട്ടൻ പിന്നെ ഐസ്ക്രീം നുണഞ്ഞു തുടങ്ങിയത്.

മാലതിയുടെ മരണശേഷം തിരിച്ചുപോകാമെന്ന് തന്നെയാണ് കരുതിയിരുന്നത്. പക്ഷേ, ഏട്ടൻ നിർബന്ധിക്കുന്നു. ഒരു സ്ത്രീ സ്വന്തം ജീവിതത്തിന്റെ വെളിമ്പുറങ്ങളിൽ ഒരു ബാധ്യതയാവുമെന്ന ഭയം എല്ലാ പുരുഷന്മാർക്കും ഉണ്ട്.

ഒടുവിൽ നാരായണേട്ടൻ പറഞ്ഞ വാചകം മനസിൽനിന്ന് വിട്ടു പോയില്ല. ഓരോരുത്തരുടെയും ജീവിതത്തിന്റെ ഇടയ്ക്ക് പലരും നിഷേ ധിക്കാനാവാത്തവിധം നിലകൊള്ളുന്നുണ്ട്. ഏട്ടൻ, അച്ഛൻ, അമ്മ, കുട്ടി കൾ ഇവരാകുമോ മനുഷ്യബന്ധങ്ങൾക്കിടയിലെ അജ്ഞാതമായ അക ലങ്ങളെ അലോസരമേതുമില്ലാതെ കൂട്ടിയിണക്കുന്ന കണ്ണികൾ.

പുറത്ത് ഇരുട്ട് പരന്നുതുടങ്ങിയിരിക്കുന്നു. നാരായണേട്ടൻ ഇപ്പോൾ ചെറുപ്പക്കാരന്റെ മടിയിൽ തലവെച്ച് മയങ്ങുകയാണ്. തീവണ്ടി യാത്ര യുടെ ഭാരം അനുഭവപ്പെടാത്തവിധം മന്ദഗതിയിലായി. അടുത്തുതന്നെ ഒരു പാലം വരാനുണ്ടാവും. കണ്ണുകൾ തമ്മിലിടഞ്ഞപ്പോൾ ചെറുപ്പ ക്കാരൻ നാരായണേട്ടന്റെ അടുത്തിരിക്കാൻ ക്ഷണിച്ചു. സൂക്ഷ്മതയോടെ ചെറുപ്പക്കാരനാണ് നാരായണേട്ടന്റെ ശിരസ്സ് മടിയിലേക്ക് എടുത്തു വെച്ചത്. എന്നിട്ട് അവൻ പെൺകുട്ടിയെയും വിളിച്ച് പുറംകാഴ്ചകളി ലേക്ക് നടന്നു.

കാതടപ്പിക്കുന്ന ശബ്ദത്തോടെ തീവണ്ടി പാലത്തിലേക്ക് കയറി. നാരായണേട്ടൻ അപ്പോഴും ഉറങ്ങുകയാണ്. മരുന്നുകളുടെയും വേദന കളുടെയും ആകുലതകൾ ഭാരം തൂങ്ങിനിന്ന ആശുപത്രിവരാന്തകളിൽ കഴിച്ചുകൂട്ടിയ നെടുവീർപ്പുകളിൽ വെന്തുപോയ ദിവസങ്ങൾക്കുശേഷം നാരായണേട്ടൻ മയങ്ങുന്നതുതന്നെ ആദ്യമായിട്ടാവണം. വിൻഡ് സ്ക്രീൻ താഴ്ത്തിയിട്ട് പതുക്കെ മുടിയിഴകളിലൂടെ വിരലോടിച്ച് സ്വപ്നം കണ്ടുറങ്ങുന്ന കുട്ടികളെപ്പോലെ നാരായണേട്ടന്റെ മുഖത്ത് അപ്പോൾ കനിവ് പരന്നു.

പാലം പിന്നിട്ടശേഷം നഷ്ടപ്പെട്ടുപോയ ആവേശങ്ങളെ വീണ്ടെ ടുത്ത് തീവണ്ടി ദ്രുതതാളത്തിലേക്ക് കടന്നപ്പോൾ പെൺകുട്ടിയും ചെറു പ്പക്കാരനും പുറത്തെ ശൂന്യതയിലേക്ക് അമർത്തിവിട്ട ഒരു നിലവിളി യോടെ കുതിക്കുന്നത് നടുക്കത്തോടെയാണ് കണ്ടത്. ജീവിതത്തിന്റെ അടങ്ങാത്ത ആസക്തിയിൽനിന്ന് പൂർണമായും വിടുതൽ നേടാനാ വാതെ പെൺകുട്ടിയുടെ ചുവന്ന ഷാൾ ഒരു ശവക്കച്ചപോലെ കമ്പാർട്ട് മെന്റിലെ കൊളുത്തുകളിൽ തങ്ങി അപ്പോഴും ഇളകിയാടുന്നുണ്ടായി രുന്നു.

കുടിയിറക്കപ്പെട്ടവരുടെ കാഫിലകൾ

ഒരു മനുഷ്യന്റെ അസ്ഥിത്വത്തെ ഏറ്റവും ചെറിയ വാക്കുകളിലൊ തുക്കിയ വിലാസം കണ്ടപ്പോഴേക്കും വല്ലാത്ത ഒരു ഉൾഭയം എന്നെ അലട്ടാൻ തുടങ്ങിയിരുന്നു. ചിലർ അക്കങ്ങളായി നമ്മുടെ മുന്നിലെത്തും. മറ്റു ചിലർ ഒരാളുടെ ചുമലിലെ മറാപ്പായാണ് അറിയപ്പെടുക. അബു വിന്റെ അസ്ഥിത്വം എന്റെ ജംഗമവസ്തുക്കളിലെവിടെയോ കുരുങ്ങിക്കി ടക്കുകയാണ്.

ഞാൻ, സതീശൻ പാറമണ്ണിൽ, പതുക്കെ കത്ത് പൊട്ടിക്കുവാൻ തുടങ്ങി. ഒരു കടൽ ഇരമ്പിയാർത്ത് അക്ഷരങ്ങളെ മറികടന്ന് എന്നെ മുക്കിക്കളയുമെന്ന് ഞാൻ ഭയന്നു. കണ്ണീരിൽ പുരണ്ടുകിടക്കുന്ന ഉപ്പ് കണ്ണുകളെ എരിയിച്ചേക്കുമെന്നും. കാരണം അത് അബുവിന്റെ പത്ത് വയസുകാരിയായ മകൾ എഴുതിയ നൊമ്പരങ്ങളുടെ കണക്കുപുസ്തക മാണ്. അതിന് എപ്പോഴും ഒരു സ്വപ്നം ചോരയിൽ കുതിർന്ന മണമു ണ്ടാകും.

ഭയം അതിന്റെ ഏറ്റവും ബീഭത്സമായ മുഖത്തോടെ അൽപ്പം നിറം മങ്ങിയ കടലാസിൽ അക്ഷരങ്ങളായി നിന്നുകൊണ്ട് എന്നെ നോക്കി പരിഹസിച്ചു. അക്ഷരങ്ങൾക്ക് അതുൽപ്പാദിപ്പിക്കുന്ന അർഥം മാത്രമല്ല രൂപഭദ്രതയും ഉണ്ടെന്ന് എനിക്കന്നേരം തോന്നി.

നിലയില്ലാ കയങ്ങളിൽ ഉപ്പാ, ഞാനിപ്പോൾ തനിച്ചാണ്. ഉമ്മയും നമ്മെ വിട്ടുപോയി.

കത്തിന്റെ അവസാനവാചകത്തിന്റെ ശൂന്യതയിൽ ചാരുകസേര യുടെ ക്രാസിയിലേക്ക് ഞാൻ അമർന്നുപോയി.. അബുവിന്റെ ജീവിതം ഒരു വേദഗ്രന്ഥം ഉയർത്തുന്ന വെല്ലുവിളിയോടെ എന്റെ കൈകളിലിരുന്ന് മിടിച്ചു.

എഴുത്ത് രണ്ടാമത് വായിച്ചപ്പോഴും മഴ ചോർന്നൊലിക്കുന്ന പുര
യിൽ ഏകാകിനിയായ പെൺകുട്ടിയുടെ കരയുന്ന ചിത്രമാണ് മന
സിലേക്ക് പടർന്നത്. എത്ര മാറ്റി വരയ്ക്കാൻ ശ്രമിച്ചാലും ചില ചിത്ര
ങ്ങൾക്ക് രൂപമാറ്റം കൈവരികയില്ല. അവ നമ്മെ നിരന്തരമായി വേട്ടയാ
ടിക്കൊണ്ടിരിക്കും.

അബുവിനെ കണ്ടിട്ട് വർഷങ്ങൾതന്നെ കടന്നുപോയിരുന്നു.
ഇതിനിടയ്ക്കൊന്നും കത്തുകളും വന്നിരുന്നില്ല. മറുപടിയില്ലാത്ത
എഴുത്ത് വിരസമായി തുടങ്ങിയപ്പോൾ അബുവിന്റെ മകൾ അക്ഷരങ്ങ
ളോട് പിണങ്ങിയിരിക്കണം.

— നമ്മുടെ മുറ്റത്തെ പത്തടി മുല്ലകൾ മുഴുവൻ മഴയിൽ വീണു
പോയി. ഉപ്പക്ക് ഇനി ഒരിക്കൽപ്പോലും ആ പൂക്കളെ കാണാനാവില്ലല്ലോ.

അവസാനമായി വന്ന കത്തിൽ അവൾ എഴുതി.. ആ കത്ത് അബു
കണ്ടിരിക്കുമോ...? ജീവിതം ഏറെ തിരക്കുപിടിച്ചതായി തീർന്നപ്പോൾ
എല്ലാ കത്തുകളും അബുവിനെ നേരിട്ടേൽപ്പിക്കാൻ കഴിഞ്ഞില്ല. ചില
കത്തുകൾ പഴയ സുഹൃത്തുക്കൾവഴി കൊടുത്തയക്കുകയായിരുന്നു.

അവസാനമായി കണ്ടപ്പോൾ അബു ഏറെ സന്തോഷവാനാ
യിരുന്നു. ജോലി സുഖമാണെന്നും ശമ്പളം കൃത്യമായി കിട്ടുന്നുണ്ടെന്നും
അബു പറഞ്ഞു. വിസർജന്യങ്ങൾ ടാങ്കർലോറിയിലേറ്റി മരുഭൂമിയിൽ
തട്ടുന്ന നഗര ശുചീകരണകമ്പനിയിലെ ജോലി ഉപേക്ഷിക്കുന്നതിന്റെ
ഒരാഴ്ച മുമ്പായിരുന്നു അത്.

"എല്ലാം ദൈവനിശ്ചയമാണ് സതീശിക്കാ. ജീവിതം എന്നെ ഈ
മരുഭൂമിയിൽ കൊണ്ടെത്തിച്ചു. മിണ്ടാനും പറയാനും കൊറെ ജീവികളേ്യം
തന്നു. സുഖം. എല്ലാ ദുഃഖവും അവർ കേൾക്കും. മറുത്തൊരക്ഷരം
ആരും പറയൂലാ....."

മരുഭൂമിയുടെ വിജനതയിൽ മണിക്കുറുകൾ മാത്രം പ്രായമായ ഒരു
മണൽക്കുന്നിൽ കുന്തിച്ചിരുന്ന് ഒരു ബീഡി വലിച്ചുകൊണ്ട് അബു
പറഞ്ഞു. അയാളുടെ കുളിക്കാത്ത, എണ്ണമയമില്ലാത്ത ജട പിടിച്ച തല
മുടി അലസനായ തോട്ടക്കാരന്റെ ചെടികളെപ്പോലെ കാടുപിടിച്ച് കിടന്നു.

ഒരു കടൽപോലെ തിരകളുടെ തിടം വെച്ചുകിടന്ന മരുഭൂമിയിൽ
അബുവിന്റെ കൂടാരം കാറ്റിൽ വിറപുണ്ടു. വില കുറഞ്ഞ തകരംകൊണ്ടും
കട്ടിയേറിയ ടാർപ്പായകൊണ്ടും മറച്ചുണ്ടാക്കിയ കൂടാരത്തിനകത്ത് മൂത്ര
ത്തിന്റെയും പ്രാചീനതയുടെയും പൂപ്പൽ പിടിച്ച ഗന്ധം തങ്ങിനിൽക്കുന്നു
ണ്ടായിരുന്നു. മുഷിഞ്ഞ വസ്ത്രങ്ങളും പഴകിയ കടലാസുപെട്ടികളും
ഉണങ്ങിയ ഖുബ്സും ചിതറിക്കിടന്നിരുന്ന കയറുകട്ടിലിലെ പൊടിതട്ടി
അബു സന്ദർശകരുടെ ഇരിപ്പിടമാക്കി.. കൂജയിൽ അടച്ചു വെച്ചിരുന്ന
അൽപ്പം തണുത്തതും കാലം രുചിമാറ്റം വരുത്തിയതുമായ വെള്ളത്തിൽ
മണലിലൂടെയുള്ള അഞ്ചുകിലോമീറ്ററോളം ദൂരത്തിന്റെ കിതപ്പുകളെ
ശമിപ്പിച്ച് ഞാൻ പരവശനായി.. സൂര്യൻ പലപ്പോഴും അബുവിനെപ്പോലെ
അർധനഗ്നതയോടെയാണ് കൂടാരത്തിലേക്കിറങ്ങിവന്നത്.

"ആദ്യാക്കെ ചൂട് സഹിക്കാൻ കയ്യുലായിരുന്നു. ഇപ്പം എല്ലാം ശീലായി."

എന്റെ മുഖത്തെ ഭാവം കണ്ട് അബു പറഞ്ഞു.

"ഇവിടെ എത്തിട്ട് ഞാനാദ്യം കാണുന്ന ഒരു മലയാളിയാ സതീ ശിക്ക. എനിക്കെത്ര സന്തോഷായിന്നറിയ്യോ....."

ഒന്നിളകിയിരുന്ന് ഇരിപ്പിടം ശരിയാക്കി, നാലുവർഷത്തെ ഗൃഹാതുര തയും ഏകാന്തതയും അബു സംസാരിച്ചുതുടങ്ങി. ഒരു കർക്കിടക ആകാശം പോലെ ചിണുങ്ങിയും ചിലപ്പോൾ പിണങ്ങിയും. മഴനാരുകൾ ക്കിടയിലൂടെ ദുരിതത്തിന്റെ മങ്ങിയ ഒരുചിത്രം തെളിഞ്ഞുവന്നു. ഓല ക്കുടിലിലെ പട്ടിണികിടക്കുന്ന ഉമ്മയും ഭാര്യയും പിന്നെ ഒരിക്കലും മുഖം കാണാത്ത ഒരു കൊച്ചുപെൺകുട്ടിയും.

മടങ്ങുമ്പോൾ, ഈ മരുഭൂമിയിൽനിന്ന് ഏത് നരകത്തിലേക്കായാലും വേണ്ടില്ല. എന്നെ കൊണ്ടുപോകണം എന്ന് അപേക്ഷിച്ച പഴയ അബു വിനെ ഞാൻ ഓർത്തു. സുഹൃത്തുവഴി ഒരാളുടെ കടയിൽ ഭേദപ്പെട്ട ജോലിയും കടയോട് ചാരി തരക്കേടില്ലാത്ത ഒരു മുറിയും സംഘടിപ്പിച്ച് തിരിച്ചെത്തിയപ്പോഴേക്കും അബു തന്റെ ജോലിയോടും അനിശ്ചിതത്വം നിറഞ്ഞ ജീവിതത്തോടും സ്വയം പൊരുത്തപ്പെട്ടുപോയത് എന്നെ അമ്പ രപ്പിക്കാതിരുന്നില്ല.

മിണ്ടാപ്രാണിയാണെങ്കിലും ഇവറ്റകളെ വിട്ട് ഞാനിനി എങ്ങുമില്ല എന്ന് പറയുമ്പോൾ നേരിയതാണെങ്കിലും ആഹ്ലാദം തുടിച്ചിരുന്നു അവന്റെ വാക്കുകളിൽ.

അതൊന്നുമല്ല കാര്യം. ഒട്ടകത്തിന്റേം ആടിന്റേം കൂട്ടത്തിൽ നല്ല രണ്ട് അരയന്നങ്ങളും കാണും. കൂട്ടുപോരുന്ന സലീമിന്റെ പല്ലുകൾക്കി ടയിൽ അശ്ലീലം ദഹിക്കാത്ത ഇറച്ചിത്തുണ്ടായി. ഞമ്മളെത്ര കണ്ടതാ. ഇവനെയൊക്കെ സഹായിക്കാൻ നിക്കണതാ കഷ്ടം.

ഒരു കമ്പനിയിലെ അക്കങ്ങളുടെ ലോകം എല്ലാ ആകുലതകളെയും പതുക്കെ മറവിയിലേക്ക് തള്ളി. ഓർമകളുടെ ഇടം ഭദ്രമാക്കുമെന്ന് പുതിയ ജോലിയിൽ പ്രവേശിച്ച് രണ്ടുമാസത്തിനകം എനിക്ക് ബോധ്യ മായി. ആകുലതകളും വേവലാതികളും ഇരുന്നിടത്തേക്ക് കണക്കുകൾ അതിന്റെ മാംസക്കൊളുത്തുമായി കടന്നുവരും. അവ പിന്നെ മനസാകെ പുകയുന്ന അഗ്നിപർവതമായി വെല്ലുവിളിയുയർത്തി നിലയുറപ്പിക്കും.

നഗരകവാടം കഴിഞ്ഞാൽ മരുഭൂമിയുടെ തുടക്കമാണ്. ചെമ്മണ്ണും മണലും കുടിക്കുഴഞ്ഞ മരുഭൂമിയിൽ ടയറുരഞ്ഞ പാടുകളായി കിടക്കുന്ന വഴികളിലൂടെ വണ്ടിയോടിക്കുമ്പോൾ ആദമിന്റെ ഏകാന്തത എന്നെ പിടികൂടുവാൻ തുടങ്ങി. ഏകാന്തത എപ്പോഴും കൊടും ശൈത്യം പോലെ സിരകളിലേക്കാഴ്ന്നിറങ്ങിയും പിന്നെ ഭീതിയിലാഴ്ത്തിയുമാണ് മനസി ലേക്ക് ഇരച്ചെത്തുക.

അധികദൂരം പിന്നിടുന്നതിന് മുമ്പേ, മരുഭൂമി മനസിൽ ഊഷരത യായി നിറയാൻ തുടങ്ങി. അതിന് നമ്മെ ഭീതിയിലാഴ്ത്തുന്ന ഒരു സംഗീ

തമുണ്ട്. കാറ്റിൽ, ശീൽക്കാരത്തോടെ മുകളിലേക്കുയരുന്ന മണൽത്ത രികൾ ഉരകങ്ങളുടെ ഉടൽത്തിളക്കത്തിലൂടെ ഗ്ലാസിൽ വന്നു വീണുകൊ ണ്ടിരുന്നു. പഴയ ഒരു കൂട്ടുകാരൻ മേൽവിലാസവുമായി അബുവിനെ കാണാൻ തനിച്ചുപുറപ്പെട്ടതിൽ എനിക്കാദ്യമായി ഭയം തോന്നിത്തുടങ്ങി.

മരുഭൂമി പ്രേതസിനിമകളുടെ സെറ്റുപോലെയാണെന്ന് ഒരിക്കൽ അബു പറഞ്ഞത് ഞാൻ ഓർത്തു. അവയ്ക്ക് നിയതമായ രൂപമില്ല. രൂപമാറ്റങ്ങളിലൂടെ അവ നിരന്തരമായി നമ്മെ പേടിപ്പിച്ചുകൊണ്ടിരിക്കും. കാറ്റ് ചിലപ്പോൾ ഞൊടിയിടയിൽ വലിയ ഒരു കോട്ട പണിത് നമ്മെ അതിനകത്താക്കും. രക്ഷപ്പെടാൻ വാതിൽപോലുമുണ്ടാവില്ല.

രണ്ടുസാധ്യതകളാണ് കൂട്ടുകാരൻ കടലാസിൽ വരച്ചിട്ടത്. അതിൽ ആദ്യത്തെ സാധ്യതയുടെ ശൂന്യതയിൽ ഞാൻ പകച്ചുനിന്നു. ടയറമർന്ന പാടുകൾ ഈ ശൂന്യമായ ഇടത്തിനപ്പുറത്തേക്ക് നീണ്ടുകിടന്നിരുന്നില്ല. രണ്ടാമത്തെ സാധ്യതയിലേക്ക് വന്ന വഴിയെ തന്നെ ഞാൻ കാറോടിച്ചു.

കാഴ്ചയെ മറച്ച ഒരു വലിയ മണൽക്കാറ്റിനുശേഷം ദുരെ പ്രാചീന തയുടെ തിമിരം മൂടിയ മങ്ങിയ ഈന്തപ്പനകളുടെ ശിഖരങ്ങൾ കണ്ടു തുടങ്ങി. യാത്രയുടെ സന്ധികളിലെപ്പോഴോ വഴി നഷ്ടപ്പെട്ടിരുന്നു. മണ ലിന്റെ ചൂടിൽ ജൈവത നഷ്ടപ്പെട്ട പാമ്പുടൽപോലെ ടയറുകൾ പുളഞ്ഞ് പിടഞ്ഞാണ് ഇഴയുന്നത്.

പെട്ടെന്നാണ് മുന്നിൽ ഒരു തുരുത്ത് പ്രത്യക്ഷപ്പെട്ടത്. പ്രവാസ ത്തിന്റെ വരൾച്ചകൾക്കിടയിലും ഒരു സ്വപ്നം നമ്മെ വലിച്ചുകൊണ്ടു പോകുന്നത് ഇത്തരം ജീവിതത്തിന്റെ പച്ചപ്പിലേക്കാണല്ലോ എന്നോർ ത്തു. തുരുത്തു നിറയെ വെയിലേറ്റ് വാടിയ വലിയ ചെടികളും തലനരച്ച ഈന്തപ്പനകളുമായിരുന്നു. അവയ്ക്കിടയിൽ തകരത്തിന്റെ ചുടേറ്റ് പൊള്ളുന്ന കുടിനകത്ത് ആടുകൾ അസ്വസ്ഥരായി മുരളുന്നതും അതിന് താഴെ മാളങ്ങളിൽനിന്ന് മുയലുകൾ പുറത്തേക്ക് തലനീട്ടുന്നതും കണ്ടു.

എന്നെക്കാണുമ്പോൾ അബു ഏറെ സന്തോഷിക്കുമെന്ന മുൻ വിധിയെ തകിടം മറിച്ചുകൊണ്ട് അയാളുടെ കണ്ണുകളിലേക്ക് അപരി ചിതത്വത്തിന്റെ ചാരം പൊടുന്നനെ കിനിഞ്ഞിറങ്ങുന്നത് തെല്ലമ്പരപ്പോടെ ഞാൻ കണ്ടു. വരണ്ട ചുണ്ടുകളിലേക്ക് പിന്നെ പണ്ടെങ്ങോ മറന്നുപോയ ഒരനുഷ്ഠാനം കഷ്ടപ്പെട്ട് നിർവഹിക്കുന്നതുപോലെ ഒരു ചിരി ഇറങ്ങി വന്നു. പ്രാകൃതമായിരുന്നു അയാളുടെ വേഷം. നാലുവർഷങ്ങൾ നാല് സംവത്സരങ്ങളുടെ കാഠിന്യത്തോടെയാണ് അബുവിന്റെ ശരീരത്തിലൂടെ ഇറങ്ങിപ്പോയതെന്ന് തോന്നുമായിരുന്നു അയാളുടെ ശോഷിച്ച ശരീരം നോക്കിനിൽക്കുമ്പോൾ.

അഞ്ചുനിമിഷത്തെ മൗനത്തിലൂടെ ഭാര്യയുടെ അകാല മരണത്തെ അബു ഉൾക്കൊണ്ടു. ചുണ്ടുകളിൽ ഒരു കരച്ചിൽ വിറച്ചുനിന്നു. ഒരു തുള്ളി കണ്ണുനീർ ബലിച്ചോറിന്റെ ഉരുളപോലെ കൺപീലികളിൽ ഉരുണ്ടുകൂടി. ഒരു ദീർഘനിശ്വാസം പാതിവഴിയിലെവിടെയോ തടസ പ്പെട്ടു. ബലഹീനമായ വിരലുകളിൽനിന്ന് മകളുടെ കത്തിനോടൊപ്പം

അവയൊക്കെയും പിന്നെ മരുഭൂമിയെ ചുറ്റിപ്പടർന്നുവന്ന ഒരു കാറ്റ് തട്ടിത്തെറിപ്പിച്ചു.

നിന്റെ മകൾ ഇപ്പോൾ തനിച്ചാണ്. ഇനിയെങ്കിലും നീ നാട്ടിൽ പോക ണം. അബു, പഴയതുപോലെയല്ല. ഇപ്പോൾ സഹായിക്കാൻ സംഘടന കൾ ഉണ്ട്. ഞാൻ പ്രതീക്ഷയോടെ അബുവിനെ നോക്കി. എട്ടുവർഷത്തെ പ്രവാസജീവിതം അബുവിന്റെ ചുണ്ടുകളിൽ പരിഹാസമായി.

"പോയിട്ടെന്ത്..? എനിക്കിപ്പോ കിനാവൊന്നുമില്ല സതീശിക്കാ. ഈ മരുഭൂമിയിലെ തുരുത്തു കണ്ടോ. ഇതും പടച്ചോൻ സൃഷ്ടിച്ചതെന്നെ. ഞാൻ പോയാല് ഈ മിണ്ടാപ്രാണികളെ ആര് നോക്കും. ഈറ്റയുടെ കണ്ണീര് ആര് കാണും. എന്റെ ജീവിതം ഇതാണ്. ആരും ജീവിതം കണ്ടെ ത്തുകയല്ല, അത് നമ്മെ തേടിവരുവാണ് സതീശിക്കാ."

"എന്നാലും നിന്റെ മകൾ...?"

"വേദനണ്ട്. നെറം മങ്ങിയ ഒരു ബ്ലാക്ക് ആന്റ് വൈറ്റ് ഫോട്ടോയാണ് ഞാനോൾക്ക്. അതങ്ങനെന്നെ ഇരിക്കട്ടെ. ഇനി ഓൾടെ കത്ത് നിക്ക് കാണണ്ടാ."

അബു പറഞ്ഞു. പിന്നെയും എന്റെ ചുണ്ടുകളിൽ ചോദിക്കാൻ ധൈര്യമില്ലാത്ത രണ്ടോ മൂന്നോ ചോദ്യങ്ങൾ തങ്ങി നിൽപ്പുണ്ടായിരുന്നു. പല ചോദ്യങ്ങളുടെയും ഉത്തരങ്ങൾ പരിസരങ്ങളിൽ നിന്ന് ചിക്കിച്ചിക ഞ്ഞെടുക്കാൻ ക്ലേശപ്പെടേണ്ടിയിരുന്നില്ല. കൂട്ടിലെ ശോഷിച്ച മൃഗങ്ങൾ, ഇടിഞ്ഞുവീഴാറായ കൂടാരം, പുല്ലുകിട്ടാത്ത മുയലുകളുടെ കണ്ണിലെ ദൈ ന്യത. ദുരിതങ്ങളുടെ പട്ടിക പൂരിപ്പിക്കാൻ ചില കാഴ്ചകൾക്ക് കഴിയും. അയാൾ മുഷിഞ്ഞ പോക്കറ്റിലെ പേഴ്സിൽനിന്നും നിറം മങ്ങിയ ഫോട്ടോ എടുത്ത് എന്റെ കൈവെള്ളയിൽ വെച്ചു. എന്നിട്ട് മണലിൽ പുഴ്ന്നുപോയ കാലുകൾ വലിച്ചെടുത്ത് കൂടാരത്തിനുനേരെ ധൃതിയിൽ നടന്നു.

മരുഭൂമിയിലെ വിസ്തൃതിയിൽ പെട്ടെന്ന് ഒറ്റപ്പെട്ടവനെപ്പോലെ ഏകാന്തതയിലേക്ക് ഞാൻ മുങ്ങിപ്പോയി. ക്രൂരമായ വെട്ടിമാറ്റലിൽ അമ്മയ്ക്കൊപ്പം നിൽക്കുന്ന രണ്ടുവയസുകാരിയായ അബുവിന്റെ മകളുടെ ഫോട്ടോ എന്റെ കൈവെള്ളയിൽ വിറപുണ്ടു.

ഒരു കാറ്റ് അലറിവിളിച്ച് കടന്നുവന്നു. പെട്ടെന്ന് ഉയർന്ന് പൊങ്ങിയ മണലിന്റെ തിരശ്ശീലയിൽ അകന്നുപോകുന്ന അബുവിന്റെ ചിത്രം അൽപ്പ നിമിഷം തങ്ങിനിന്നു. പിന്നെ ഞങ്ങൾക്കിടയിൽ ഒരു കുന്ന് പതുക്കെ രൂപപ്പെട്ട് വരാൻ തുടങ്ങി.

വൃദ്ധരുടെ നഗരം

അമ്മയ്ക്കായിരുന്നു അസുഖം ആദ്യം പിടിപ്പെട്ടത്. കാലം ഉണർ
ന്നു കിടന്നിരുന്ന കണ്ണുകളിൽ വെള്ള സുഷിരങ്ങൾ വീഴ്ത്തിയാണ് രോഗം
തന്റെ സാന്നിധ്യമറിയിച്ചത്. പിന്നീട് പ്ലാസ്റ്റിക്കിന്റെ ഒരാവരണം പോലെ
തിമിരം മൂടി കാഴ്ചയെ ചിതറിച്ചു. ആദ്യമൊന്നും അമ്മ രോഗത്തെക്കുറിച്ച്
ഒന്നും പറഞ്ഞിരുന്നില്ല. എന്നാൽ കാഴ്ച ഇരട്ടിക്കുകയും പലയിടത്തും
തടഞ്ഞ് വീഴുകയും അയാൾ പോലും ചില അവസരങ്ങളിൽ ശാസിക്കു
കയും ചെയ്തപ്പോൾ അമ്മയ്ക്ക് കരയുകയല്ലാതെ നിവൃത്തിയുണ്ടാ
യിരുന്നില്ല. കാഴ്ചയില്ലായ്മ തളർന്ന മനസിനെ ദൃഢപ്പെടുത്തുകയോ
മറ്റ് ഇന്ദ്രിയങ്ങളുടെ പ്രവർത്തനങ്ങളെ ത്വരിതപ്പെടുത്തുകയോ ചെയ്യും.
ഒരാൾക്ക് ജീവിതകാലം മുഴുവൻ ഇരുട്ടുമൂടിയ കണ്ണുകളുടെ രഹസ്യം
മുടിവെക്കാനാവും. എന്നാൽ സ്ഥാനം മാറ്റിയിട്ട കസേരകളും മറ്റുള്ളവ
രുടെ അപ്രതീക്ഷിത ചലനങ്ങളും കണക്കുകളെ പലപ്പോഴും പിഴ
പ്പിക്കും. അപ്പോഴൊക്കെ അമ്മ ദേഷ്യപ്പെടുകയും സങ്കടപ്പെടുകയും ശകാ
രിക്കുകയും ചെയ്തുകൊണ്ടിരുന്നു. ഒരു ദിവസം അമ്മ അയാളോട്
പറഞ്ഞു:

"ആരാ വാതിലടച്ച് ന്നെ ഇരുട്ട്ല് മൂട്യേത്. കണ്ണിത്തിരി കൊറവാ
ണെങ്കിലും എനിക്ക് വെളിച്ചത്തെ തൊട്ടറ്യാനാവും."

അയാൾക്കപ്പോൾ ചിരിവന്നു. വാതിലുകൾ എല്ലാം തുറന്നുകിടക്കുക
യായിരുന്നു. സൂര്യപ്രകാശം വാതിൽപ്പടി കടന്ന് അമ്മയുടെ കാൽപ്പാദ
ങ്ങളിൽ അനുസരണയുള്ള ഒരു പൂച്ചക്കുഞ്ഞിനെപ്പോലെ പതുങ്ങിക്കിടപ്പു
ണ്ടായിരുന്നു. അയാൾ വാതിലുകൾ ചേർത്തടച്ച് അമ്മയുടെ കട്ടിലിലേ
ക്കിരുന്നു.

"ഇപ്പോഴാ ഇത്തിരി ആശ്വാസമായത്. കാണാൻ വയ്യെങ്കിലും

വെളിച്ചം അടുത്തുള്ളത് ഇത്തിരി ആശ്വാസമാണ്." ഭാര്യ ചിരി അടക്കിവെ ക്കാനാവാതെ സാരികൊണ്ട് മുഖം പൊത്തി. അതിന് പിറ്റേന്നായിരുന്നു അമ്മയുടെ മരണം.

രോഗം ഭാര്യയെ ആക്രമിച്ചത് വളരെ വ്യത്യസ്തമായാണ്. മുടി യിലെ കരപ്പനായാണ് ആദ്യം അത് പ്രത്യക്ഷപ്പെട്ടത്. നല്ല ഉള്ളുതൂർന്ന മുടിയായിരുന്നു അവൾക്ക്. അയാളുടെ സൗന്ദര്യസങ്കൽപ്പത്തിൽ വാർ മുടിത്തുമ്പിൽ ചൂടിയ മുല്ലപ്പൂവിന് വലിയ സ്ഥാനമാണുണ്ടായിരുന്നത്. ആദ്യം നരയായും പിന്നെ പഞ്ഞിപോലെ നേർത്ത് ജട പിടിച്ചും അത് കാണപ്പെട്ടു. മുടികൊഴിഞ്ഞുതുടങ്ങുമെന്നും തലയോടിന്റെ വികൃതമായ നിറം അവളുടെ സൗന്ദര്യത്തെ അപ്പാടെ ചോർത്തിക്കളയുമെന്നും അയാൾ കരുതിയിരുന്നില്ല.

വീട്ടുജോലികളിൽ ഭാര്യ ക്ലേശപ്പെടാൻ തുടങ്ങിയപ്പോൾ അയാൾ ഏറെ വിഷമിച്ചു. അവർക്ക് കുട്ടികളുണ്ടായിരുന്നില്ല. അവരെ കൂടാതെ വീട്ടിൽ ആകെയുണ്ടായിരുന്നത് പപ്പി എന്ന പൂച്ചയും ഡോണ എന്ന് ഭാര്യ ഓമനപ്പേരിട്ട് വിളിക്കുന്ന നായയുമായിരുന്നു. ചാരുകസേരയിൽ ഇരിക്കുമ്പോൾ പപ്പി അയാളുടെ കാൽപ്പാദങ്ങൾക്കരികിൽ തലോടൽ കാത്ത് കിടക്കും. എന്നാൽ ഡോണ അയാളോട് ഇണങ്ങിയിരുന്നില്ല. നേരം വൈകി വീട്ടിലെത്തുന്ന അവസരങ്ങളിൽ അപരിചിതരെ കണ്ടാ ലെന്നപോലെ അവൻ കുരയ്ക്കാൻ പോലും മടിക്കില്ല. ഭാര്യക്ക് പിറകെ ഒരു നിഴലെന്നപോലെ അവൻ എപ്പോഴും പതുങ്ങിനടന്നു.

ഭാര്യ കിടപ്പിലായപ്പോൾ അയാളെ ഏറെ സങ്കടപ്പെടുത്തിയതും ഡോണയായിരുന്നു. അവൻ രാത്രിയിൽ ഉറക്കമില്ലാതെ കുരച്ചുകൊ ണ്ടേയിരുന്നു. ഒരു ദിവസം ഭാര്യയുടെ മുഖത്ത് അവന്റെ ദൈന്യമായ കണ്ണുകൾ തറഞ്ഞുനിന്നു. അവൾക്ക് വലിയ മാറ്റങ്ങൾ ഉണ്ടായിരുന്നു. മുടി നിശ്ശേഷം കൊഴിഞ്ഞു. അവിടെ കറുത്തപാടുകൾ കുമിളകൾ പോലെ മുഴച്ചുനിന്നു. ജൈവത നഷ്ടപ്പെട്ട തൊലി അയഞ്ഞ വസ്ത്ര ങ്ങൾ പോലെ തൂങ്ങിക്കിടന്നു. കണ്ണുകളുടെ ഇമകൾ ഒരിക്കലും ചലി ക്കുന്നുണ്ടെന്ന് തോന്നുമായിരുന്നില്ല. ആരെയും മടുപ്പിക്കുന്ന മുഖത്തെ ഏകാന്തഭാവം അവളുടെ ചൈതന്യമത്രയും തുടച്ചുനീക്കിയിരുന്നു. സംസാരത്തെ മാത്രം കീഴടക്കാനാവാതെ രോഗം മറ്റെല്ലാ ദൈനംദിന പ്രവർത്തനങ്ങളെയും മന്ദഗതിയിലും വേദനാജനകവുമാക്കിത്തീർത്തു.

ഭക്ഷണം കഴിക്കാതെ ഡോണ മെലിഞ്ഞും പ്രാകൃതനായും കാണ പ്പെട്ടു. മുഖം കാലുകളിൽ ചേർത്തുവെച്ച് സദാ വീട്ടിലേക്ക് നോക്കി അവൻ ദീനമായി മോങ്ങിക്കൊണ്ടിരുന്നു. മഴ തിമിർത്തുപെയ്ത ഒരു രാത്രി അവൻ അത്യുച്ചത്തിൽ കുരയ്ക്കുകയും വീടിന് ചുറ്റും മതിഭ്രമ ത്താലെന്നപോലെ ഓടുകയും ചെയ്തു. അയാൾ വേവലാതികളിൽ വെന്ത് പുറത്തേക്ക് നോക്കുമ്പോഴൊക്കെ അവൻ മഴ നനഞ്ഞ് ദൈന്യ തയോടെ വാതിലിലേക്ക് നോക്കിനിന്ന് കുരച്ചുകൊണ്ടേയിരുന്നു. പിന്നീട് അവനെ വീട്ടിൽ കണ്ടതേയില്ല. അവൻ എന്നെന്നേക്കുമായി ആ വീടിന്റെ

പടികൾ ഇറങ്ങിപ്പോയത് ആ രാത്രിയുടെ വന്യമായ ഏതോ യാമത്തി ലായിരിക്കണം.

രോഗം അയാളിലേക്ക് സംക്രമിച്ചപ്പോഴാകട്ടെ അയാൾ തീർത്തും ഒറ്റപ്പെട്ടിരുന്നു. ഭാര്യയുടെ അസുഖം ആദ്യമൊക്കെ അയാളെ തളർത്തി യെങ്കിലും മരണം അയാളെ വേദനിപ്പിച്ചിരുന്നില്ല. അവസാനനാളുകളിലെ അവളുടെ ദൈന്യതയും ആധികളും ഡ്രോണയുടെ ദുഃഖവും അസഹ നീയമായിരുന്നു. ഇടയ്ക്കെത്തുന്ന വരുതിക്കാറ്റുപോലെ ഡ്രോണയുടെ നിഷ്കപടമായ മുഖം അയാളെ വേട്ടയാടിക്കൊണ്ടിരുന്നു.

ഏകാന്തത അയാളെ പലപ്പോഴും മൗനത്തിന്റെ ചതുപ്പുനിലങ്ങളി ലേക്ക് വലിച്ചിട്ടു. രാപ്പകലുകളുടെ വ്യത്യാസംപോലും അയാൾക്ക് അനു ഭവപ്പെട്ടിരുന്നില്ല. സമയമാപിനികളുടെ സൂചികൾ വെറുതെ കറങ്ങുന്ന തുപോലെ അയാൾക്ക് തോന്നി. അവ ഒരു നിമിഷത്തെ കൂടിച്ചേരലിനായി വൃഥാ ചുറ്റിക്കൊണ്ടേയിരിക്കുകയാണ്. സൂര്യനും ചന്ദ്രനും അനേകം ഗ്രഹങ്ങളും മനുഷ്യരും ഒരു കൂടിച്ചേരലിനായി കറങ്ങുന്നതുപോലെ. ആദ്യം തളർന്നും ഒടുവിൽ കിതച്ചും ഒരിക്കൽ എന്നെന്നേക്കുമായി നിശ്ച ലമാവാൻ.

മനസിനെയായിരുന്നു രോഗം ഏറെ തളർത്തിയത്. ഓർമകൾ അയാ ളെ നിരന്തരം പഴയകാലത്തിലേക്ക് കൂട്ടിക്കൊണ്ടുപോയി. സുഭഗമായ ഓർമകളൊന്നും അയാൾക്കുണ്ടായിരുന്നില്ല. വേദനയും ശൂന്യതയും നൽകുന്ന ഓർമകൾ. യുദ്ധം കഴിഞ്ഞെത്തിയ പടയാളികളുടേതുപോ ലെയുള്ള അസഹ്യമായ ഏകാന്തത. കണക്കെടുപ്പുകളിൽ നഷ്ടവും ലാഭവും തിരിച്ചറിയാനാവാതെ, എന്നാൽ വേദനിപ്പിക്കുന്ന കുറെയേറെ ദൃശ്യങ്ങൾ നെഞ്ചിലേറ്റിയങ്ങനെ....

ഇടയ്ക്കെപ്പോഴോ അയാൾക്ക് ഓർമകളുടെ ചരടുകളറ്റു. ഭൂതവും വർത്തമാനവും ഇരുൾപോലെ കൂടിക്കുഴഞ്ഞു. സമയം അയാളുടെ മുന്നിൽ ഒരു തടാകംപോലെ കെട്ടിക്കിടന്നു. നീന്തലറിയാത്തവനെ പോലെ ഓർമകളുടെ ആഴിപ്പരപ്പിൽ നടുങ്ങിയും ഉത്കണ്ഠപ്പെട്ടും അയാൾ പരതി നടന്നു. ഇരുൾക്കയങ്ങളിലേക്ക് അയാൾ നിലവിളിയോടെ പലപ്പോഴും ആണ്ടുപോയി.

ആധികളിൽ നിന്നെല്ലാം ഒരു നിമിഷത്തെ മോചനവും പ്രതീക്ഷിച്ച് നഗരത്തിലെ പ്രശസ്തമായ ഡോക്ടറുടെ മുന്നിൽ ഒരു ദിവസം അയാ ളിരുന്നു.

"രോഗം പിടികൂടുക മനസിനെയാണ്. അത് പല അവയവങ്ങളി ലായി അനുഭവപ്പെടുന്നത് രോഗിയെ ആശ്രയിച്ചാണിരിക്കുക. അതു കൊണ്ട് രോഗത്തേക്കാൾ കൂടുതൽ പഠിക്കേണ്ടത് രോഗിയെയാണ്."

ഡോക്ടർ രസികനായ അധ്യാപകനെപ്പോലെ അയാളോട് പറഞ്ഞു.

രണ്ടാമതും മൂന്നാമതും അയാൾ ചെല്ലുമ്പോഴേക്കും ഡോക്ടർ അയാളുടെ നല്ലൊരു സുഹൃത്തായി മാറിയിരുന്നു.

"പേടിക്കാനുള്ള അസുഖമൊന്നും നിങ്ങൾക്കില്ല. എല്ലാം വേഗത്തിൽ സുഖപ്പെടും."

ഡോക്ടർ പതിവുപോലെ അയാൾക്ക് ചില മരുന്നുകൾ കുറിച്ചു കൊടുത്തു. എന്നാൽ മരുന്നുകൾക്കതീതമായി അയാളുടെ രോഗം വളർന്നു കഴിഞ്ഞിരുന്നു. ഡോക്ടർമാരിലുള്ള വിശ്വാസം അയാൾക്ക് പതിയെ നഷ്ടമായിത്തുടങ്ങി. വാർധക്യമാണ് തന്റെ ശാരീരിക മാറ്റ ങ്ങളിൽ കടുത്ത സമ്മർദം ചെലുത്തുന്നതെന്ന് തിരിച്ചറിഞ്ഞപ്പോഴേക്കും നന്നേ വൈകിയിരുന്നു. ചികിത്സ തേടിച്ചെന്ന പാരമ്പര്യവൈദ്യനാണ് വൃദ്ധരുടെ നഗരത്തെക്കുറിച്ചും അവിടുത്തെ അസാധാരണ ചികിത്സ യെക്കുറിച്ചും അയാളോട് പറഞ്ഞത്. ആയുസിന്റെ പുസ്തകത്തിൽ ചോരപുരണ്ടുകിടക്കുന്ന താളുകൾപോലെ അവിടത്തെ ചികിത്സ ഒരി ക്കലും മനസിൽനിന്ന് മാഞ്ഞുപോകുകയില്ല എന്നും അയാൾ കൂട്ടി ച്ചേർത്തു. മെയ് മാസത്തിലെ ഉഷ്ണ സന്ധ്യയിലാണ് അയാൾ വൃദ്ധ രുടെ നഗരത്തിലെത്തിയത്. യാത്ര കഠിനവും യാതന നിറഞ്ഞതുമായി രുന്നു. കാലുകളിൽ നീരുവന്ന് സ്പർശന സുഖം നഷ്ടമായിരുന്നതി നാൽ ദീർഘസഞ്ചാരങ്ങളുടെ ലഹരി അയാൾ അറിഞ്ഞതേയില്ല. പകുതി യാത്രയിലെപ്പോഴോ ബോധം മറഞ്ഞതുപോലെ തോന്നി. ഓർമകളുടെ നനഞ്ഞ മണ്ണിന് മീതെ ഒഴുകുന്നതുപോലെ മനസിന്റെ നിർമമത അപ രിചിതമായ ഒരാനന്ദം നൽകി. തുളസിയുടെയും കുന്തിരിക്കത്തിന്റെയും നനഞ്ഞ ഗന്ധത്തിൽ കവിത തുളുമ്പുന്ന ശ്ലോകങ്ങൾ തലയ്ക്ക് മുകളി ലൂടെ പെരുമഴ പോലെ പെയ്തൊഴിഞ്ഞു. പശയോളം കട്ടിയേറിയ ഇരുട്ട് സ്ലേറ്റിലെ വിലക്ഷണമായ ചിത്രങ്ങളെ മായ്ച്ചുകളയുന്നതുപോലെ ചിന്തകൾ കൂടൊഴിഞ്ഞുപോയി. അർധമയക്കത്തിലെ സ്വപ്നം പോലെ എല്ലാം സുതാര്യമായാണ് അയാൾക്ക് അനുഭവപ്പെട്ടത്. വൃദ്ധരുടെ നഗരത്തിലേക്കുള്ള കവാടം കടന്നതോടെയാവട്ടെ തന്റെ യുവത്വം തിരിച്ചുകിട്ടിയതുപോലെ ഒരു ഉന്മേഷം അയാളെ പൊതിഞ്ഞു.

അയാൾ പ്രതീക്ഷിച്ചപോലെ വർണങ്ങൾ നിറഞ്ഞ ഒരു നഗരമായി രുന്നില്ല അത്. നരച്ച മരങ്ങളും കെട്ടിടങ്ങളും വാർധക്യത്തിലെ ജരാനര കൾപോലെ അതിന് വെളുത്ത ഛായ നൽകി. നിരത്തുകൾ തിരക്കുകു റഞ്ഞവയും കെട്ടിടങ്ങൾ അത്യാധുനികവുമായിരുന്നു. എങ്കിലും അതിൽ എന്തിന്റെയോ അഭാവം ഏകാന്തത പുകിനിന്നു. ചുറ്റും ജരാനരകൾ ചാലുകൾ തീർത്ത കുഴിഞ്ഞ മുഖങ്ങളാണ് അയാൾ കണ്ടത്. അവരിൽ പരിചയമുള്ളവരുമുണ്ടായിരുന്നു. ചിലർ മരിച്ചവരെപ്പോലെ വികാരരഹിത രായിരുന്നു. എന്നാൽ ആരും പരിചിതഭാവം നടിച്ചില്ല. ഒരു തീർഥയാത്ര യിലെ ആചാരങ്ങളിൽ മുഴുകിയവരെപ്പോലെ മുദ്രിതമായ മൗനം അവരെ അപരിചിതരാക്കിത്തീർത്തു.

ജീവിതം വീണ്ടും അതിന്റെ എല്ലാ ആഘോഷങ്ങളുമായി കടന്നുവ രികയാണെന്ന് അയാൾക്ക് തോന്നി. മനസ്സ് സ്വച്ഛന്ദമായ ഒരു പുഴയാകു മ്പോൾ ഇച്ഛകൾ നേർത്ത് ഭാരം കുറഞ്ഞ ഭാണ്ഡമായി ചുരുങ്ങും.

അയാൾക്ക് ഒന്നിനും ക്ലേശപ്പെടേണ്ടതുണ്ടായിരുന്നില്ല. ആവശ്യങ്ങൾ മുൻകൂട്ടിയറിഞ്ഞ് അദൃശ്യകരങ്ങൾ എല്ലാം മുന്നിലെത്തിക്കുന്നു. ഒരു ചിത്രകഥയിലെ യാത്രക്കാരെപ്പോലെ വഴികൾ ഋജുവും തെളിഞ്ഞവയുമായി തോന്നിച്ചു. എന്നാൽ പരാതികളില്ലാത്ത പരിഭവങ്ങളില്ലാത്ത ആ ജീവിതം ആരെയാണ് മടുപ്പിക്കാതിരിക്കുക?

മടുപ്പ് ഒരു നനഞ്ഞ കരിമ്പടം പോലെ മനസിനെ ഭാരപ്പെടുത്തുന്നതിന് മുമ്പേ അയാൾ നഗരഭൂപടം തേടി പുറപ്പെട്ടു. അപരിചിതവും അസാധാരണവുമായ കാഴ്ചകൾക്കൊടുവിൽ യാത്ര ഒരു കൂറ്റൻ മതിലിന്നരികിൽ പെട്ടെന്നാണ് അവസാനിച്ചത്. ആകാശം പിളർന്ന് കിളിർത്തുവന്ന മതിലിലെ കറുത്ത പ്രതലത്തിൽ സഞ്ചാരികളുടെ വിനോദം പോലെ എന്തൊക്കെയോ എഴുതിവെച്ചിരുന്നു. അതിനുചുറ്റും കുറെ വൃദ്ധർ ഇരിക്കുകയും നിൽക്കുകയും മുട്ടുകുത്തി കരയുകയും ചെയ്യുന്നുണ്ടായിരുന്നു.

വിവേചിച്ചറിയാനാവാത്ത ഒരു ഗന്ധം അവിടെയെങ്ങും അലയടിച്ചു. അത് അയാളുടെ ശരീരത്തിലേക്ക് ഒരു ചാട്ടുളിയുടെ വേഗതയോടെ തുളച്ചുകയറി. പൂക്കളുടേതും മഴയുടേതുമല്ലാത്ത ആ ഗന്ധം അഴിച്ചുമാറ്റിയ ഉടുപുടവകളുടേതോണെന്ന് തിരിച്ചറിഞ്ഞതും അപരിചിതവും ഏകാന്തവുമായ ഒരു ശൂന്യത അയാളിൽ നിറഞ്ഞു.

"ഈ മതിൽ വൃദ്ധരുടെ നഗരത്തിന്റെ അവസാനമാണ്. ഇതിനപ്പുറം സ്ത്രീകളുടെ നഗരമുണ്ട്. അതിനപ്പുറം കുട്ടികളുടെ നഗരവുമുണ്ട്."

മുഖത്ത് ജീവിതത്തിന്റെ അംശങ്ങൾക്ക് അസ്തമയത്തിന്റെ കടുത്ത വർണങ്ങൾ കലർന്ന ഒരു വൃദ്ധൻ ദുഃഖത്തോടെ അയാളോട് പറഞ്ഞു.

ഒരു നിമിഷം ആ ഗന്ധത്തിന്റെ ജൈവതയിലമർന്ന് അയാൾ സ്വയം മറന്ന് അവിടെ നിന്നു. അടുത്തനിമിഷം ഭീമാകാരമായ മതിലിനപ്പുറം തന്റെ അമ്മയും ഭാര്യയുമുണ്ടാകുമെന്ന തിരിച്ചറിവിൽ നടുങ്ങി ജീവിതത്തിലന്നോളം തോന്നാത്ത നിരാശയോടെ അയാൾ തിരിച്ചുനടന്നു.

മൂഷികപുരാണം

ആതിരയുടെ മരണാനന്തര കർമങ്ങൾ കഴിഞ്ഞ് ഏറെ ക്ഷീ
ണിച്ചും ആകുലപ്പെട്ടും വീട്ടിൽ തിരിച്ചെത്തി സോഫയിലേക്ക് ചായു
മ്പോൾ മുന്നിൽ അപരിചിതയായ ഒരു ജീവി തെളിഞ്ഞു. ഷോക്കേസിൽ
അഞ്ചാം വിവാഹ വാർഷികത്തിന് കിട്ടിയ സമ്മാനങ്ങൾക്കിടയിൽ സ്റ്റഫ്
ചെയ്തുവെച്ചതു പോലെ ഒരു എലി ഇരിക്കുന്നത് കണ്ടു. നീലക്കണ്ണുകൾ
കൃത്യമായി എന്റെ കണ്ണുകളിലേക്ക് തന്നെ നീട്ടിക്കൊണ്ട്.

എലികളെ എനിക്ക് പണ്ടുമുതലേ ഇഷ്ടമായിരുന്നില്ല. അവ പര
ത്തുന്ന രോഗങ്ങളായിരുന്നില്ല കാരണം, സൗമ്യവും കൂർമയേറിയതുമായ
ബുദ്ധിയാൽ അവ മനുഷ്യരെ എല്ലായ്പ്പോഴും വിഡ്ഢികളാക്കും.

ഗ്ലാസുകൾ തുറന്നു ശബ്ദമുണ്ടാക്കിയിട്ടും അതിനു ഭാവമാറ്റമൊന്നു
മുണ്ടായില്ല. പിടിക്കാൻ കൈയെത്തിച്ചപ്പോഴും സ്വതന്ത്രമായി കടന്നു
പോകാൻ ഷോക്കേസിന്റെ മറ്റൊരു പാളികൂടി തുറന്നിട്ടപ്പോഴും അത്
നിർന്നിമേഷയായി എന്നെ നോക്കി. അതിന്റെ നനുത്ത രോമങ്ങൾക്ക്
ഒരു മുയൽക്കുഞ്ഞിന്റെ മാർദവമായിരുന്നു. കിടപ്പു മുറിയിലേക്ക് നട
ക്കുന്നതിനിടയിൽ ഞാനതിനെ അടുക്കളയിൽ ഉപേക്ഷിച്ച് വാതിലുകൾ
ഭദ്രമായി ചേർത്തടച്ചു.

മൂന്ന് പെഗ് ലൂയിസ് ഇലവനോടൊപ്പം ഹോട്ടലിൽ നിന്നും പൊതി
ഞ്ഞു കൊണ്ടുവന്ന രണ്ടു പൊറോട്ടയും ശേഷം ഒരു സിഗരറ്റും പുകച്ച്
ഞാൻ ഉറങ്ങാൻ കിടന്നു. രാവിലെ മുതൽ വൈകുന്നേരം വരെ അനു
ഭവിച്ച ജീവിതത്തിലെ ഏറ്റവും ദുരന്തപൂർണമായ മണിക്കൂറുകൾ എന്നെ
വേണ്ടുവോളം തളർത്തിയിട്ടുണ്ടായിരുന്നു. കിടന്നയുടനെ ഉറക്കം ലഹ
രിയുമായി കെട്ടുപിണഞ്ഞ് ദുർഗ്രഹമായ ഏതോ സ്വപ്നങ്ങളിൽ
അമർന്നു.

ഉണരുമ്പോൾ ആരുടെയോ വിരൽസ്പർശംപോലെ നെഞ്ചിൽ എന്തോ അരിച്ചുനടക്കുന്നതായി തോന്നി. അത് എന്നെ പതുക്കെ ഉണർ ത്താൻ ശ്രമിക്കുകയാണ്. അതിന്റെ കണ്ണുകളിലെ വശ്യമായ തിളക്കം ഒരു ഫ്ളാഷ്ലൈറ്റ് മുഖത്ത് വീഴുമ്പോലെ മിന്നിപ്പൊലിയുമ്പോൾ ആതി രയുടെ കാതരമായ മിഴികൾ മാത്രമല്ല അവളെ ആദ്യമായി കണ്ടുമുട്ടിയ കവിസമ്മേളനവും ഇരുട്ട് അരിച്ചുകയറുന്ന നീണ്ട ഇടനാഴിയും ഞാൻ കണ്ടു.

സർഗാത്മകതയുടെ വലിഞ്ഞ നിമിഷങ്ങളുടെ മുഷിപ്പകറ്റാൻ ഒരു സിഗരറ്റുമായി ഇറങ്ങിയതായിരുന്നു ഞാൻ. ശുഷ്കമായ പന്തലിൽ അധികവും പത്രക്കാരായിരുന്നു. അവർ വ്യത്യസ്ത കോണുകളിലിരുന്ന് സ്റ്റേജിനെ വ്യത്യസ്തമായിത്തന്നെ വീക്ഷിച്ചുകൊണ്ടിരുന്നു. മുറിഞ്ഞു വീഴുന്ന ശബ്ദത്തിൽ ഏതോ പെൺകുട്ടി കവിത ചൊല്ലുകയായിരുന്നു അപ്പോൾ.

"ഹലോ, ഹരികൃഷ്ണനല്ലേ..."

എതിരെ നടന്നുവരുന്ന പെൺകുട്ടി ഒരു നിമിഷം നിന്നു. നേർത്ത വെളിച്ചത്തിൽ അവളുടെ കണ്ണുകൾ മാത്രമേ കാണാൻ കഴിഞ്ഞുള്ളു. ഓടുകളെ തൊട്ടും തലോടിയും നിൽക്കുന്ന അക്കേഷ്യാമരത്തിന്റെ ചില്ല കളിലൂടെ ഒലിച്ചിറങ്ങിയ ഇരുട്ട് കരിയോയിൽ പോലെ അവളുടെ കുറു നിരകളിൽ നിഴൽ വീഴ്ത്തി.

ഏതെങ്കിലും സാഹിത്യവിദ്യാർഥിയായിരിക്കും. ഭാഷയെ ഏഴായി കീറി അതിലെ ഭാവുകത്വം ചികഞ്ഞെടുക്കുന്ന സാഹിത്യാസ്വാദകരെ എനിക്ക് വെറുപ്പായിരുന്നു. വൃത്തവും വ്യാകരണനിയമങ്ങളും അന്വേ ഷിക്കുന്ന ഇത്തരം ആളുകൾ യഥാർഥത്തിൽ ആസ്വാദകരാണോ. ജീവി തത്തിന് വേലിക്കെട്ടി നിയന്ത്രിക്കുന്നതുപോലെ തന്നെയാണ് കവിതയെ ഒരു വൃത്തത്തിലൊതുക്കുന്നതും. അതുകൊണ്ട് തന്നെയാണ് "അതെ" എന്ന ഉത്തരത്തിലൂടെ അവഗണനയുടെ സ്വരം പ്രകടിപ്പിച്ച് ഞാൻ നട ക്കാനാഞ്ഞത്.

"പ്ളീസ്, ഒന്നു നിൽക്കുന്നേ, ഞാൻ സാറിന്റെ കവിതകൾ വായി ക്കാറുണ്ട്. വളരെ താൽപ്പര്യത്തോടെ തന്നെ."

മുഖ്യാതിഥിയായ എഴുത്തുകാരൻ പ്രഭാഷണമാരംഭിച്ചതിനാൽ ഞാൻ നിന്നു. എന്റെ ഊഴം വന്നുചേരാൻ ഇനിയും ധാരാളം സമയമു ണ്ടെന്ന് കണക്കുകൂട്ടി.

"ഞാൻ ആതിര. താങ്കൾ ഈ കവിസമ്മേളനത്തിൽ പങ്കെടുക്കു ന്നുണ്ടെന്നറിഞ്ഞാണ് ഞാൻ വന്നത്."

ഞങ്ങളപ്പോഴേക്കും സ്കൂളിന്റെ വരാന്തയിലെത്തിയിരുന്നു. ഒരു സിഗരറ്റുകൂടി വലിക്കാൻ പാകത്തിൽ വേദിയിൽ നിന്നകന്ന് അടുത്ത ടുത്ത കസേരകളിലായി ഇരുന്നു. അവൾ ഞാനെഴുതിയ കവിതകളെ കുറിച്ച് സംസാരിച്ചു തുടങ്ങി. പലരും തൊലിയുരിയുകപോലും ചെയ് തിട്ടുള്ള 'വേനൽ മഴ' എന്ന കവിതയെ അവൾ പ്രത്യേകം പ്രശംസിച്ചു.

എന്നാൽ ഞാനവളുടെ സംസാരത്തിലായിരുന്നില്ല ശ്രദ്ധിച്ചത്. അവളുടെ കണ്ണുകളും ഇടയ്ക്കിടെ മാടിയൊതുക്കിവെക്കുന്ന ചെമ്പിച്ച മുടിയിഴ കളും ആരാധനയോ കേവലഭ്രമമോ എന്ന് തിരിച്ചറിയാനാവാത്ത ഭാവവും ഒരു പ്രണയ കവിതപോലെ എന്നെ രസിപ്പിച്ചു.

കവിസമ്മേളനങ്ങളിലേക്കും അവിടെനിന്ന് പുസ്തകപ്രസാധന ചടങ്ങുകളിലേക്കും പിന്നീട് ഫിലിമോത്സവങ്ങളിലേക്കുമുള്ള യാത്രക ളായി ആ സൗഹൃദം വളർന്നു. ഒരു കവിതാക്യാമ്പ് കഴിഞ്ഞ് പൂ വിൽ ക്കുന്നവരുടെ തെരുവിലൂടെ നടക്കുമ്പോൾ പണ്ടെങ്ങോ എഴുതിയ ഒരു കവിതയിലെ നാലുവരികൾ പിടിച്ചിറങ്ങി. പ്രണയത്തിന്റെ നിറമില്ലാത്ത സ്വപ്നങ്ങളെക്കുറിച്ച് അവൾ സംസാരിക്കാൻ തുടങ്ങിയപ്പോഴാവണം ഒരു വീടും ചുറ്റും പൂന്തോട്ടവും അതിന് നടുവിൽ ആതിരയെയും സങ്ക ൽപ്പിച്ചത്. വീട്ടുകാരുടെ എതിർപ്പിനെ വകവെക്കാതെ രജിസ്റ്റർ ആപ്പീ സിലെ ഒഴിഞ്ഞ ഇടനാഴിയിൽ ഒത്തുചേരുമ്പോൾ മുഖത്തോടു മുഖം നോക്കാൻപോലും പരസ്പരം ലജ്ജിച്ചു.

മേശവിരിയിൽ നാസിക ചേർത്ത് അത് ചെവി വട്ടം പിടിക്കാൻ തുട ങ്ങിയപ്പോൾ മടുപ്പോടെ എഴുന്നേറ്റു. നല്ല വിശപ്പുണ്ടായിരുന്നു. കഴിഞ്ഞ രാത്രിയിലെ ലഹരിയുടെ ഹാങ്ങോവർ കണ്ണുകളെ വിടർത്താൻപോലും വിസമ്മതിക്കുന്നു.

അടുക്കളയിൽ, പഞ്ചസാരയും ചായയും യഥാസ്ഥാനങ്ങളിൽ തന്നെയുണ്ടായിരുന്നു. ഫ്രിഡ്ജിൽ പാലിന് പുറമെ ബ്രെഡും ജാമും ഇരിപ്പുണ്ട്. ആതിരയുടെ ചിട്ടയായ ജീവിതത്തിൽ എനിക്കാദ്യമായി മതിപ്പുതോന്നി. ഭക്ഷണക്കാര്യത്തിൽ ഞാനധികം ശ്രദ്ധിച്ചിരുന്നില്ല. സമയാ സമയങ്ങളിൽ ആതിര ഡൈനിങ് ടേബിളിൽ നിരത്തുന്ന ഭക്ഷ ണങ്ങൾ മടുപ്പൊന്നും കൂടാതെ കഴിക്കും. അതിന്റെ രുചിയെക്കുറിച്ച് പരാതിപ്പെടുകയോ സവിശേഷതയെ പുകഴ്ത്തുകയോ ചെയ്യാറില്ല.

ചുടുപിടിച്ച മറ്റൊരു ദിവസത്തിന്റെ ആവർത്തനത്തിലേക്ക് അധികം താമസിയാതെ ചെന്നുവീണു. വെയിൽ ആർത്തിപൂണ്ട ഓന്തിനെപ്പോലെ അദൃശ്യമായ നാവിനാൽ ശരീരത്തിലെ ഈർപ്പത്തെ നക്കിത്തുടച്ചു. നിരത്തിലെങ്ങും സിഗ്നൽ കാത്ത് നിലവിളിക്കുന്ന വാഹനങ്ങൾ. മരണാ നന്തര കർമങ്ങളിൽ പലതും ബാക്കികിടക്കുകയായിരുന്നു. ആതിരയെ പോസ്റ്റ്‌മോർട്ടം നടത്തിയ ഡോക്ടറുടെയും ഇൻക്വസ്റ്റ് നിർവഹിച്ച പൊലീസ് ഓഫീസറുടെയും മറ്റും കയ്യൊപ്പ് വേണ്ടിയിരുന്നു. വക്കീൽ ഓഫീസിലാവട്ടെ പ്രതീക്ഷിച്ചതിലേറെ തിരക്ക്.

വീട്ടിൽ തിരിച്ചെത്തിയപ്പോൾ ഒരു സ്വപ്നത്തിന്റെ ഏതോ വിഭൂതി യിലേക്ക് ഞാൻ വീണുപോയി. ആതിര വീട്ടിൽ ഇല്ല എന്ന യാഥാർഥ്യം ഉൾക്കൊള്ളാനാവാത്തവിധം അവളുടെ സാന്നിധ്യം എങ്ങും നിറഞ്ഞു നിന്നു. കണ്ണാടിപോലെ തിളങ്ങുന്ന മുറികൾ. വൃത്തിയായും അടുക്കോ ടെയും കിടക്കുന്ന ജംഗമസാധനങ്ങൾ. കഴിഞ്ഞ രാത്രി ഞാൻ ധരിച്ച വസ്ത്രങ്ങൾപോലും അലമാരയ്ക്കകത്ത് അയൺചെയ്ത് മടക്കിവെച്ചി

രുന്നു. പോകുന്നതിന് മുമ്പ് വാതിലുകൾ എല്ലാം ഭദ്രമായി പൂട്ടിയതായി രുന്നല്ലോ എന്ന് അത്ഭുതപ്പെട്ടു.

കിടപ്പുമുറിയിലെ ടേബിളിൽ അത് തലചായ്ച്ചുറങ്ങുകയാണ്. അട ഞ്ഞുപോയ കൺപോളകളിൽ ഇമകൾ ഗോട്ടിപോലെ ഉരുണ്ടു. അതിനെ അവിടെ ഉപേക്ഷിച്ച് ഞാൻ മുറ്റത്തെ ഞാവൽ മരത്തിനടുത്തേക്ക് നട ന്നു. അവിടെ ഇരുന്നാണ് പലപ്പോഴും കവിത എഴുതിയിരുന്നത്. ചില പ്പോൾ ഒരു ചായയുമായി ആതിര എന്റെ സമീപം വന്നിരിക്കും. ആലോ ചനയിൽ മുഴുകിയിരിക്കുമ്പോഴായിരിക്കും മിക്കപ്പോഴും അവൾ വരിക. അതോടെ കവിത മുറിഞ്ഞുപോകും.

ഒരാഴ്ചയ്ക്കുശേഷം ഹേമ വരുന്നതുവരെ പഴയ ജീവിതത്തിലേക്ക് തിരിച്ചെത്താനാകുമെന്ന് കരുതിയിരുന്നില്ല. ഇതിനിടക്ക് കൂട്ടുകാരിൽ ചിലർ എത്തിയിരുന്നു. ഉപചാരങ്ങളിലും ഓർമപ്പെടുത്തലുകളിലും അസ്വസ്ഥമാകുന്ന നിമിഷങ്ങൾ സമ്മാനിച്ചുകൊണ്ട്. എന്നാൽ ഹേമ ഇടപെട്ടത് തികച്ചും വ്യത്യസ്തമായിട്ടായിരുന്നു.

"എഴുന്നേൽക്കു ഹരീ, നമ്മുക്കൊരിടംവരെ പോകാം. ജസ്റ്റ് ഫോർ എ ചെയ്ഞ്ച്."

അവൾ കൈപിടിച്ച് നിർബന്ധിച്ചപ്പോൾ എതിർക്കാൻ തോന്നിയില്ല.

"ഹരിയുടെ ക്രിയേറ്റിവിറ്റിയെ ഞാനംഗീകരിക്കുന്നു. ദേ കണ്ടില്ലേ... എന്തൊരു വൃത്തിയാ ഈ വീടിന്. ആതിര ഇവിടെ ഇല്ല എന്നേ തോന്നില്ല. ഹരിയുടെ കവിതകളുടെ ഭംഗിപോലെ വീടും വൃത്തിയായി തന്നെ കിടക്കുന്നു."

ഓരോ മുറിയിൽ കയറുമ്പോഴും ഹേമ അത്ഭുതപ്പെട്ടു. ഒരു സ്ത്രീക്ക് മാത്രം സാധ്യമാകുന്ന അടുക്കുംചിട്ടയും. ഉദാഹരണത്തിന്, ആതിര മരിക്കുന്നതിന് ഒരു ദിവസം മുമ്പ് അലക്കാനായി കൂട്ടിയിരുന്ന വസ്ത്ര ങ്ങൾ. അലമാരയിൽ അവ അടുക്കിവെച്ചതുകണ്ട് അവൾ ഒരുനിമിഷം സ്തബ്ധയായി. ഹേമ എപ്പോഴും വീട്ടിൽ വരുന്ന എന്റെ ഒരു പെൺ സുഹൃത്തായിരുന്നതിനാൽ അവളറിയാത്ത രഹസ്യങ്ങൾ എനിക്കോ ആതിരക്കോ ഉണ്ടായിരുന്നില്ല.

വീട്ടിലെത്തിയ അതിഥിയെക്കുറിച്ച് ഹേമയോട് പറയാൻ ഞാനൊ രുങ്ങിയതാണ്. എന്നാൽ അതിന്റെ ബാലിശതയോർത്ത് വേണ്ടെന്ന് വെച്ചു. അത് മാത്രമല്ല, ഒരു നല്ല ദിവസത്തിന്റെ മൂഡ് ആതിരയുടെ ഓർ മകളിൽ നഷ്ടപ്പെടുന്നതാലോചിക്കാനും ഞാനൊരുക്കമായിരുന്നില്ല.

ഹോട്ടൽ മുറിയിൽ, ഹേമയുടെ ദേഹത്തേക്ക് അമർന്നപ്പോൾ ആസ ക്തി മനസിലെ എല്ലാ അസ്വസ്ഥതകൾക്കും മീതെ ചിറകുവിടർത്തി. ആതിരയെ പോലെയല്ല ഹേമ. ഹേമയുടെ ഓരോ അണുവിലും വികാരം ചീർത്തു പൊട്ടുന്നുണ്ട്. ചുംബനങ്ങളെപ്പോലും പ്രണയത്തിന്റെ നെരി പ്പോടുകളാക്കി മാറ്റാനുള്ള അപാരമായ പാടവം. ആതിരയാകട്ടെ ആദ്യത്തെ കുതിപ്പിൽത്തന്നെ മഞ്ഞുമൂടിയ മിഴികളുമായി ആലസ്യ ത്തിന്റെ നീരാളിക്കൈകളിൽ അമർന്നുപോകും. എന്നാൽ ആദ്യകുതി

പ്പിന്റെ വീര്യത്തിൽ നിന്നാണ് ഹേമ വികാരങ്ങളെ പ്രചണ്ഡമാകുന്ന ഒരു കൊടുങ്കാറ്റാക്കിമാറ്റുക.

പത്രമോഫീസിലെ പ്രസ്താവനകളുടെ കോട്ടുവാ ഗന്ധത്തോടെ രാജേഷ് എത്തുന്നതിന് മുമ്പേ ഹേമയെ അവളുടെ ഫ്ളാറ്റിലാക്കി വീട്ടിൽ തിരിച്ചെത്തി. ഇരുളിന്റെ മഹാപ്രളയത്തിൽ മുങ്ങിയ വീട് പ്രാചീനമായ ഒരു ഭീതിയായി മനസിൽ നിറഞ്ഞു. ആതിരയോ ഞാനോ വീട് ഇരുളിൽ മുങ്ങിനിൽക്കാൻ അനുവദിക്കാറില്ല. ഒന്നൊന്നായി ലൈറ്റുകൾ തെളി ച്ചുകൊണ്ടാണ് ഞാൻ കിടപ്പുമുറിയിലെത്തിയത്. എന്നെ അമ്പരപ്പിച്ചു കൊണ്ട് കലാപം ഒഴിഞ്ഞ നിരത്തുപോലെ മുറിയാകെ അലങ്കോലപ്പെട്ടു കിടന്നു. കിടക്കയും തലയിണകളും വയറുകുത്തിക്കീറി കുടൽമാല പോലെ പുറത്തുചാടിയ അനാഥശവങ്ങൾ പോലെ ഉപയോഗശൂന്യമായി കഴിഞ്ഞിരുന്നു.

എഴുത്തുമുറിയിലെത്തിയതും ഒരു കരച്ചിൽ എന്റെ തൊണ്ടയിൽ ഞെരുങ്ങി. എന്റെ കവിതകളും ലേഖനങ്ങളും പഴയ റാലിഫാനിന്റെ കാറ്റിൽ അർഥം നഷ്ടപ്പെട്ട ലിപികൾ മാത്രമായി മുറിയിൽ അലഞ്ഞു തിരിഞ്ഞു. ആരുടെയോ അദൃശ്യസാമീപ്യം എനിക്കനുഭവപ്പെട്ടു. വരു മ്പോൾ പുറത്തെ വാതിൽ പൂട്ടിയ നിലയിൽ തന്നെയാണല്ലോ കിടന്നി രുന്നത്. ആരോ എന്നെ പിന്തുടരുന്നുണ്ട്. പക്ഷേ അതാരാവും.?

ഭയം അരിച്ചുകയറുന്ന ചോണനുറുമ്പുപോലെ ഓരോ അണുവി നെയും പൊള്ളിച്ചു. തൊണ്ട വരണ്ടുപൊട്ടുകയാണ്. ഷോക്കേസിലെ പുസ്തകങ്ങൾക്കരികിൽ അതപ്പോഴും ഇരിപ്പുണ്ട്. വന്യമായി തിളങ്ങുന്ന കണ്ണുകളിൽ കുറുകിയൊട്ടിയ മൗനം.

കിടപ്പുമുറിയിൽ, ഉത്തരം കിട്ടാത്ത ചോദ്യങ്ങളുമായി കിടന്നപ്പോൾ സമാനമായ ഒരു സംഭവം ഓർമയിൽ കൊരുത്തു.

"ഹരിയുടെ വിയർപ്പിനുപോലും ഇപ്പോൾ ഹേമയുടെ ഗന്ധമാണ്."

ഒരു രാത്രി തിണർത്തുതുടങ്ങിയ വികാരങ്ങളിലേക്ക് ഐസ് കുട ഞ്ഞിട്ടുകൊണ്ട് ആതിര പറഞ്ഞു:

"പുറമേ കാണുന്നതൊന്നുമല്ല ജീവിതം, അതിത്തിരി കട്ടി തന്നെ. എത്രയാണെന്ന് വെച്ചാ സഹിക്കുക."

വാക്കുകളിൽ അവൾ സൂക്ഷിക്കുന്ന മുന എപ്പോഴും എന്നെ പരുഷമാക്കുമെന്ന് അവൾക്കറിയാം. അവൾ ഉടനെ തിരിഞ്ഞുകിടന്ന് കരയാൻ തുടങ്ങി.

ഉറക്കക്ഷീണവുമായി എഴുന്നേറ്റ് ആതിര കഴിഞ്ഞ രാത്രിയിലെ വെറുപ്പിന്റെ എച്ചിലോടെ എന്നെ നോക്കി.

"ഈ അവഗണനയെ എങ്ങനെ നേരിടണമെന്ന് എനിക്കറിയാം."

രാത്രി ഹേമയുടെ ചൂടുവിയർപ്പിൽ മുഷിഞ്ഞെത്തുമ്പോഴും അവ ളുടെ കോപം എരിഞ്ഞടങ്ങിയിരുന്നില്ല. നാല് ലാർജിന്റെ കനം എന്നെ എല്ലായ്പ്പോഴും ശാന്തനാക്കുകയാണു പതിവ്. എന്നാൽ രാവിലെ എഴു ന്നേറ്റയുടനെ കണ്ട കാഴ്ച എന്നെ രോഷംകൊള്ളിച്ചു. വാരികയിലേ

കയെക്കാൻ ഞാനെഴുതിയ ഏറ്റവും പുതിയ കവിത ചെറുകഷണങ്ങ ളായി കിടപ്പുമുറിയിൽ ചിതറിക്കിടക്കുന്നു.

"ആതിര, നീയെന്ത് ഭ്രാന്താ ഈ കാണിക്കുന്നേ..."

രാജേഷിനോടും പത്രക്കാരോടും അവൾ പറഞ്ഞ വൃത്തികെട്ട കഥകൾ ഒറ്റൊരു പുളിപ്പോടെ തികട്ടിവരുന്നുണ്ടായിരുന്നു. അവിഹിത ബന്ധങ്ങൾ ഒരു സാഹിത്യകാരന്റെ ഭാവിയെ എത്രമാത്രം ദോഷകരമാ ക്കുമെന്ന് ഈ മരക്കഴുത ഓർക്കാത്തതെന്ത്?

"സ്വത്വമില്ലാത്ത കവിതകൾ. ഇതിലെ ഓരോ വരികളിലും ഏതൊക്കെയോ കവികളുടെ വിയർപ്പ്ഗന്ധമില്ലേ ഹരീ.."

ആതിര ക്രൂരയായ ഒരു നിരൂപകയെപ്പോലെ ധാർഷ്ട്യഭാവം പൂണ്ടു. പരിഹാസത്തിന്റെ ഉണങ്ങിയ വറ്റുകൾ അവളുടെ ചിറിയിൽ പറ്റി പ്പിടിച്ചിരിപ്പുണ്ടായിരുന്നു. മുഖത്തുവീണ കൈവിരൽപ്പാടുകളിൽ തെല്ല് നടുക്കത്തോടെയാണ് അവൾ തടവിയത്. അമ്പരപ്പും അവിശ്വാസവും കലർന്ന മിഴികളോടെ അവൾ തെല്ലിട തറഞ്ഞുനിന്നു. അടുത്തനിമിഷം ഒരു കരച്ചിലോടെ അവൾ മുറിയിലേക്കോടുകയായിരുന്നു.

നിമിഷങ്ങൾക്കകം കൊടുങ്കാറ്റിൽ തകരുന്ന കപ്പൽപോലെ വീട് വിറ പൂണ്ടു. എഴുത്തുമുറിയിലെ കടലാസുകളും കിടപ്പുമുറിയിലെ ഉന്നവും അടുക്കളയിലെ പാത്രങ്ങളും പരസ്പരം കലഹിച്ചു. ഒടുക്കം തളർന്ന് വീണുപോയ ആതിര പ്രേതബാധയേറ്റപോലെ ഭ്രാന്തെടുത്ത് മുടി അള്ളി പ്പറിക്കുകയും വസ്ത്രങ്ങൾ വലിച്ചുകീറുകയും അർഥമില്ലാത്ത വാക്കു കൾ എനിക്കുനേരെ വലിച്ചെറിയുകയും ചെയ്തു. തൊണ്ടയിൽ പഴുത്ത നിലവിളിയോടെ ഞാൻ ദുർഗ്രഹമായ ഒരു സിനിമയുടെ കാഴ്ചക്കാരൻ മാത്രമായി.

എഴുന്നേറ്റ് ശബ്ദമുണ്ടാക്കാതെ ഷോക്കേസിനരികിലേക്ക് നടന്നു. എന്നെ കണ്ടാവണം അത് പുസ്തകത്തിന്റെ പിറകിലേക്ക് മാറി. പ്രയാസ പ്പെട്ടാണ് ഞാനതിനെ കൈപ്പിടിയിലൊതുക്കിയത്. അതിന്റെ കണ്ണുകളിൽ വിഷാദം പൊടുന്നനെ തളം കെട്ടി. പിൻതുടരുന്ന എല്ലാ അസ്വസ്ഥത കൾക്കും ഹേതു അതാണെന്ന് എനിക്കുടനെ തിരിച്ചറിവുണ്ടായി.

ആതിരയുടെ ശരീരത്തിന്റെ മാർദവം പൊടുന്നനെ എന്റെ സിരക ളിൽ നിറഞ്ഞു. ഞാനതിന്റെ കഴുത്തിലേക്ക് വിരലുകളാഴ്ത്തി. അപ്പോൾ ഒരു നിമിഷം ആതിരയുടെ മിഴികൾ എന്നെ വേട്ടയാടി. അവൾ അവസാ നമായി സംസാരിച്ചത് കണ്ണുകളിലൂടെയായിരുന്നു. പിടഞ്ഞമരുന്ന ജീവന്റെ അവസാന ബിന്ദുവിൽ പൊതിഞ്ഞ യാചനയുടെ നീർക്കണ ങ്ങളിലൂടെ.

വെളുത്ത നാരുകളെ വകഞ്ഞുമാറ്റി, നഖം അതിന്റെ മാംസത്തി ലേക്ക് നീട്ടി. ഉടൽ ഒന്നുവിറച്ചു. കണ്ണുകൾ ആലസ്യത്തോടെ തുറന്ന ടഞ്ഞു. എന്നാൽ അടുത്തനിമിഷം എന്റെ പ്രതീക്ഷകളെ തകിടം മറി ച്ചുകൊണ്ട് അത് എന്റെ മുഖത്തേക്ക് ചാടി. അതിന്റെ കൂർത്ത നഖ ങ്ങൾ കോശങ്ങൾക്കകത്തേക്ക് ചാട്ടുളിപോലെ തുളഞ്ഞുകേറി. അത്

നഖം മാംസത്തിലേക്കിറക്കുകയാണ്. വേദന കൊച്ചുകൊച്ചുതിരമാലക ളായി ശരീരത്തിൽ രൂപപ്പെട്ടു. ഹൃദയത്തിലെവിടെയോ വേദനയുടെ നഖമുന കോറിയതും ഒരു നിലവിളി അറിയാതെ പുറത്തേക്ക് തെറിച്ചു.

ഒരു രതിക്രീഡയിലെന്നപോലെ വിറകൊള്ളുന്ന എന്റെ അരികി ലേക്ക് ഇപ്പോൾ ആരോ നടന്നടുക്കുന്ന ശബ്ദം വ്യക്തമായി കേൾക്കാം. ബാത്ത്റൂമിൽനിന്നും അടുത്തേക്ക് നടന്നടക്കുന്ന ആതിരയുടെ അതേ കാൽപ്പതനശബ്ദം. ഇനി അവൾ പിറകിൽനിന്ന് എന്നെ ഗാഢമായി കെട്ടിപ്പുണരും. അവളുടെ കൂർത്തചുണ്ടുകൾ കഴുത്തിലേക്ക് അമർത്തും. പിന്നെ....

രക്തസാക്ഷികൾ

പതിനഞ്ചുവയസിലെ ജീവിതത്തിന്റെ പ്രാരബ്ധമറിഞ്ഞതും എതോ ഒരു സ്വപ്നത്തെ ബാക്കി നിർത്തി പിന്നീടങ്ങോട്ടുള്ള വെല്ലുവി ളികളെ സ്വയം നേരിട്ടതും തന്നെയായിരിക്കണം അന്നേരവും ഉമ്മ ഓർത്തിട്ടുണ്ടാവുക. പിന്നിലേക്ക് തിരിഞ്ഞുനോക്കാതെയാണ് ഉമ്മ നടന്നത്. പറവകൾപോലും അനാഥമാക്കിയ നീലാകാശത്ത് ഇരുൾ അസ്വസ്ഥത പരത്തുകയും വിണ്ടുകീറിയ ഭൂമിക്കുമേൽ അന്നുമുഴുവൻ പെയ്ത ഉഷ്ണം വെന്തു നിൽക്കുകയും ചെയ്യുന്നുണ്ടായിരുന്നെങ്കിലും ഉമ്മയുടെ മുഖം തീർത്തും ശാന്തമായിരുന്നു. ആ ശാന്തതയാണ് എന്നെ പേടിപ്പെടുത്തിയത്.

എന്നാൽ ക്യാമ്പിൽ എത്തിയപ്പോഴേക്കും ഉമ്മയുടെ മുഖം വാർന്നു പോയി. ഏറെനേരം നിന്നതുകാരണം മടക്കാൻ കഴിയാത്തവിധം കാലു കളിൽ നീരു തടിച്ച് വീർത്തിരുന്നു. സൗകര്യപ്രദമായ ഒരിടം അന്വേഷി ക്കാൻ മിനക്കെടാതെ ഉമ്മ ആദ്യം കണ്ട കട്ടിലിലേക്ക് വീണു.

ഇടയ്ക്കുണ്ടായിരുന്ന മതിലുകൾ തട്ടി വേർതിരിവ് ഒഴിവാക്കിയ നാലോ അഞ്ചോ ജീർണിച്ച കെട്ടിടങ്ങളെയാണ് റഫ്യൂജി ക്യാമ്പ് എന്നു വിളിച്ചിരുന്നത്. രണ്ടുമുറികളും ചെറിയ ഇടനാഴിയും അടുക്കളയു മൊഴിച്ചാൽ കുളിമുറിയോ കക്കൂസോ അവിടെയുണ്ടായിരുന്നില്ല. നിലത്ത് കെട്ടിയുയർത്തിയ വാട്ടർട്ടാങ്കിനരികിൽ ബഹളം വെച്ചുകൊണ്ടിരിക്കുന്ന സ്ത്രീകളും കുട്ടികളും. കട്ടിയേറിയ പാളിപോലെ സദാ തങ്ങിനിൽക്കുന്ന വിസർജ്യങ്ങളുടെയും ചപ്പുചവറുകളുടെയും ദുർഗന്ധവും ക്യാമ്പിന് സ്ഥായിയായ ഒരസ്ഥിത്വം നൽകിയിരുന്നു.

പാറ്റകളും പഴുതാരകളും സൈ്വര്യവിഹാരം നഷ്ടപ്പെട്ടതിന്റെ ഉറ ക്കച്ചടവോടെ കാലുകൾക്കിടയിലൂടെ ഓടി നടക്കുന്നുണ്ടായിരുന്നു. പൊട്ടിയ തറ. സൂര്യപ്രകാശം കുത്തനെ വീഴുന്ന മേൽക്കുര. ഒന്നിനും

ഒരു സൗകര്യവും ഇല്ലാത്ത ഒരിടം. എന്നിട്ടും കാട് വെട്ടിപ്പിടിക്കുന്നതു പോലെ ചിലർ മുറികൾക്കുള്ളിൽത്തന്നെ അതിരുകൾ തീർക്കുന്നതാണ് മനസിലാകാഞ്ഞത്. ആപത്തുകൾക്കിടയിലും എന്തിനാണ് ഇവർ ഇത്ര മാത്രം സ്വാർഥരാകുന്നത്?

ഇരുട്ടിന്റെ പാടകൾക്കുള്ളിൽ ചേരി ഭീകരമായ ശാന്തതയിൽ അമർന്നുപോയ നിമിഷം മുതലാവണം സ്വന്തം നാടും വീടും ഉപേക്ഷിച്ച് അന്യമായ ഒരിടത്തേക്ക് പോകേണ്ടിവരുമെന്ന് ഏതാണ്ട് എല്ലാവർക്കും ഉറപ്പായത്. സ്ത്രീകൾക്കും കുട്ടികൾക്കും പുറത്തിറങ്ങാൻ കഴിയാ ത്തവിധം ചേരി അതിന് മുന്നേ ചില കറുത്ത ചിട്ടകളിലേക്ക് നീങ്ങിയി രുന്നു. സ്വകാര്യതകളിലേക്കുൾവലിഞ്ഞ് ഓരോരുത്തരും ലോകത്തിന്റെ വിസ്തൃതിയെ ഒരു ചതുരത്തിലേക്ക് അധികം താമസിയാതെ വെട്ടിച്ചുരു ക്കേണ്ടിവരുമെന്ന് ഏതാണ്ടുറപ്പായ പോലുണ്ടായിരുന്നു. എല്ലാവരുടെയും കല്ലിച്ച മുഖങ്ങൾ, നിരന്തരം വെല്ലുവിളിയുയർത്തിനിൽക്കുന്ന ഒരു ഏകാ ന്തത അവരെ നിതാന്ത മൗനത്തിലേക്ക് പെട്ടെന്ന് തള്ളിവിട്ടപോലെ തോന്നിച്ചു.

നഗരം പുറത്തേക്ക് തള്ളുന്ന, അപരിഷ്കൃതരുടെ കറുത്ത മുദ്രകൾ വീണ കുടിയേറ്റക്കാരുടെതായിരുന്നു ചേരി. നാനാതരം സംസ്കാരങ്ങൾ കൂടിക്കുഴഞ്ഞ അസ്വസ്ഥതകളുടെ ഒരു ലോകം. രാത്രിയിലാണ് ചേരി സജീവമാകുന്നത്. വലയേന്തി ആളുകൾക്കിടയിലേക്ക് നീങ്ങുന്ന സമയം എല്ലാവരും പുറത്തേക്കിറങ്ങുക പതിവാണ്. പെട്രോൾ മാക്സിന്റെ വെളിച്ചം കടലിൽ അരഞ്ഞാണംപോലെ അന്നേരം തിളങ്ങുന്നത് കാണാം. ജാലകം തുറന്ന് ആ കാഴ്ച നോക്കിനിൽക്കുന്നത് സ്ത്രീകളുടെ മാത്ര മല്ല, കുട്ടികളുടെയും വിനോദങ്ങളിൽ ഒന്നായിരുന്നു.

പകുതിയോളം വരുന്ന വീട്ടിലേ കറണ്ടുണ്ടായിരുന്നുള്ളൂ. അതിനാൽ ഇരുട്ട് വളരെവേഗം ചേരിയെ വിഴുങ്ങിത്തുടങ്ങും. വീട്ടിലെ മുതിർന്ന ആരെങ്കിലും എത്തുന്നതുവരെ ഞങ്ങൾ സ്ത്രീകൾക്ക് പരസ്പരം പരിചയം പുതുക്കാനോ എന്തെങ്കിലും സംസാരിച്ചിരിക്കാനോ സമയം കിട്ടാറുണ്ട്. എന്നാൽ ക്യാമ്പിലെത്തിയതിനുശേഷം ആരും പരസ്പരം സംസാരിക്കുന്നത് കണ്ടിട്ടില്ല. അപരിചിതമായ ഒരു ലോകത്തെത്തിപ്പെട്ട തുപോലെ പരസ്പരം തിരിച്ചറിയാൻ കഴിയാത്തവരായി തീരുന്നതെന്തു കൊണ്ടാണ്? ചിലരുടെയെങ്കിലും ഉള്ളിലുള്ള പക മുഖത്ത് കറുത്ത നിഴ ലുകളായി പടർന്നുകിടപ്പുണ്ട്. പരസ്പരം കൊത്തിക്കീറുന്ന പോരു കോഴികളെപ്പോലെ ചിലർ തുറിച്ചുനോക്കുകയോ മറ്റുചിലപ്പോൾ പരുഷ ത്തോടെ സംസാരിക്കുകയോ ചെയ്യും. ചിരിക്കാൻ മറന്ന് ചിരി കോട്ടുന്ന വരും അക്കൂട്ടത്തിൽ ഉണ്ടാവുമെന്നത് തീർച്ചയാണ്.

ഉപ്പ വീട്ടിലുണ്ടാവാത്ത അവസരങ്ങൾ ഇപ്പോൾ പതിവാണ്. മിക്ക വാറും എല്ലാ ദിവസങ്ങളിലും ചർച്ചകൾ ഉണ്ടാവും. അരയസഭ, പൗര സമിതി, ജനകീയസംഘം തുടങ്ങി ചില രാഷ്ട്രീയ പാർട്ടികളും ചർച്ച കളിൽ സജീവമായി പങ്കെടുക്കുന്നുണ്ട്. സ്ഥലവും കാലവും അപൂർവം

ചിലപ്പോൾ ആളുകളും മാറിയതല്ലാതെ ചർച്ചകൾ എങ്ങുമെത്താതെ വഴി മുട്ടി നിൽക്കുകയാണ്. വിയർപ്പിൽ കുതിർന്ന് തിരിച്ചെത്തുന്ന ഉപ്പ ചായ പിലെത്തുമ്പോഴേ തണുത്ത വെള്ളം ആവശ്യപ്പെടും. ഉമ്മറപ്പടിയിലിരുന്ന് അത് മുഴുവൻ കുടിച്ച് തീർക്കുമ്പോൾ അകത്തെ മുറിയിൽ നിന്നും ഉമ്മയുടെ ചോദ്യം വരും. എന്തായി ചർച്ച? ഞങ്ങളെന്നാ പോണേ... അൽ പ്പനേരത്തിനുള്ളിൽ മറുപടി ഒന്നും കിട്ടാതിരുന്നാൽ പിന്നെ കേൾക്കുന്നത് നേർത്ത ഒരു തേങ്ങലും അകമ്പടിയായി ചങ്കുപറിഞ്ഞുപോകുന്ന ചുമയും. "നിക്കറിയാം. ന്റെ അവസാനം ഇവിടെന്നെ ന്റെ തമ്പ്രാനെ ഇവ്ട്ന്ന് മയ്യത്തായ ഈമാൻ പോലും കിട്ടില്ലല്ലോ..." പിന്നെ അതൊരു കരച്ചിലാവും. നഗരത്തിന്റെ വിസർജ്യങ്ങളിൽ തട്ടിയും വീണ്ണും കടന്നെത്തുന്ന കാറ്റിന്റെ അഴുക്കിൽ അത് നേർത്ത് വിലയം പ്രാപിക്കും.

അറുപതിന്റെ പടിവാതിൽക്കലെവിടെയോ ആണ് പ്രായമെങ്കിലും ആകെ ചുക്കിച്ചുളിഞ്ഞ് കോലം കെട്ടുപോയിട്ടുണ്ട് ഉമ്മ.. ബഷീറിക്കയുടെ കൂടെ വീട്ടിലേക്ക് ഞാൻ വരുമ്പോൾ പട്ടിൽ പൊതിഞ്ഞ ഒരു സ്ത്രീരൂപ മായിരുന്നു ഉമ്മ.. കാതിൽ ചീറ്റുകളും കഴുത്തിൽ ഏലസും അരക്കത്തും ലോലാക്കും കമ്മത്തുമൊക്കെയണിഞ്ഞ് ആഢ്യയായ ഒരു സ്ത്രീ. അവരെ കണ്ടപ്പോഴേ മനസിലായി. എന്തുകൊണ്ടാണ് എന്റുപ്പ അവരെ ജഗജില്ലിയെന്ന് വിശേഷിപ്പിച്ചിരുന്നതെന്ന്. എന്നാൽ വളരെ സൗമ്യമായ പെരുമാറ്റമായിരുന്നു ഉമ്മയുടേത്. സ്നേഹത്തോടെ മാത്രമേ അവർ സം സാരിച്ചിരുന്നുള്ളൂ. ഇഷ്ടപ്പെടാതെ എന്തെങ്കിലും കേൾക്കുമ്പോൾപ്പോ ലും മുഖം വല്ലാതെ ചുവന്നുതുടുക്കുമെന്നല്ലാതെ ഒരക്ഷരം മറുത്തു പറഞ്ഞിരുന്നില്ല. ബഷീറിക്ക ഗൾഫിലേക്ക് പോകാനുള്ള മോഹം ആദ്യ മായി അറിയിച്ച ദിവസം അവർ നിയന്ത്രണം വിട്ടുകരഞ്ഞതോർക്കുന്നു. ഞാൻ മയ്യത്തായിട്ട് പോരെ അന്റെ ഒടുക്കത്തെ പുതി എന്നുപറഞ്ഞു കൊണ്ടായിരുന്നു കരച്ചിൽ. പൂർവസ്ഥിതിയിലാക്കാൻ നന്നേ പാടുപെ ടേണ്ടിവന്നു. ബഷീറിക്ക പോയിക്കഴിഞ്ഞതിനുശേഷം അവർ വീടിന്റെ ചായ്പിലേക്ക് ഒതുങ്ങി. പ്രാർഥനയും ഖുറാനോത്തുമായി ജീവിതത്തിന്റെ നല്ലൊരുഭാഗം അവസാനിച്ചു എന്ന തോന്നലോടെ.

ചേരിയിലേക്ക് ആരൊക്കെയോ കടൽ കടന്ന് വന്ന ദിവസമാണ് ഉമ്മാക്ക് ശ്വാസതടസം നേരിട്ടത്. അവർ നാലഞ്ചുപേരുണ്ടായിരുന്നു. ചന്ത യിൽനിന്ന് ഉപ്പ വരുമ്പോൾ അയൽവാസികൾ ഒത്തുകൂടുക പതിവാണ്. കുറച്ചുകാലങ്ങളായി ചേരിയിലേക്ക് അപരിചിതരായ പലരും വരുന്നത് ചിലരൊക്കെ ശ്രദ്ധിച്ചിരുന്നു. പഴയ കേസന്വേഷിക്കാൻ പൊലീസുകാർ വേഷംമാറി വന്നതാണെന്നാണ് എല്ലാവരും വിചാരിച്ചത്. ശരീരവടിവിൽ അവർക്ക് പൊലീസുകാരോടാണ് ഏറെ സാമ്യമെന്നതും അതിനൊരു കാരണമായിരുന്നു.

തവിട് കിഴിയിലാക്കി നെഞ്ചിൽ വച്ചപ്പോൾ ഉമ്മക്കൽപ്പം ആശ്വാസം കിട്ടി. എങ്കിലും ഭീതിപ്പെടുത്തുംവിധം അവരുടെ നെഞ്ചിൻകൂട് ഉയർന്നു താഴുന്നത് എല്ലാവരെയും വിഷമിപ്പിച്ചു. കണ്ണുകൾക്കാവട്ടെ മുട്ടയുടെ

കുഞ്ചി പോലെ മഞ്ഞനിറമായിരുന്നു. നേരം വെളുത്താലുടനെ ആസ്പ
ത്രിയിൽ കൊണ്ടുപോകാമെന്ന് ഉപ്പ ഇടയ്ക്കിടെ ഉമ്മയെ സമാധാനിപ്പിച്ചു
കൊണ്ടിരുന്നു.

അന്നേരമാണ് ആരോ വാതിലിൽ മുട്ടുന്ന ശബ്ദം കേട്ടത്. പുറത്ത്
ഇരുട്ട് മൂടിയിരുന്നു. പകലെപ്പോഴോ പോയ കറണ്ട് തിരിച്ചു വന്നിരുന്നില്ല.
ഉപ്പ വാതിലിന്നരികിലേക്ക് നീങ്ങിയപ്പോൾ ഉമ്മ ഒരു നിലവിളിയോടെ
ഉപ്പയെ വിലക്കി. വാതിലിലെ മുട്ട് അപ്പോഴും തുടർന്നുകൊണ്ടേയിരുന്നു.

വളരെ പെട്ടെന്നാണ് വാതിൽപ്പാളി തകർത്ത് ഒരാൾ ഉപ്പയുടെ
കാൽക്കലേക്ക് വന്നുവീണത്. ഉപ്പ വിറച്ചുപോയി. കഴുത്തിലൂടെ ഒരു
വാൾമുന അതിശീഘ്രം കടന്നുപോയതുപോലെ ഒരു ടോർച്ചിന്റെ മൂർച്ച
യേറിയ പ്രകാശം മുറിയെ കീറിമുറിച്ചു പൊടുന്നനെ അണഞ്ഞു. പിന്നീട്
ഇരുട്ട് വെളിച്ചവുമായി കൂടിക്കുഴഞ്ഞപ്പോഴാണ് എല്ലാവരും അയാളെ
നോക്കിയത്. കൈയാറ്റിനിലെ രാമനായിരുന്നു അത്. അയാളാകെ രക്ത
ത്തിൽ കുതിർന്നിരുന്നു. കണ്ണുകളിൽ ഭയം നിശ്ശബ്ദമാക്കിയ നിലവിളി.
ആരൊക്കെയോ അയാളുടെ പുറകെയുണ്ടെന്ന് തോന്നി. പക്ഷേ, കട്ടപി
ടിച്ച ഇരുട്ടിൽ ഒന്നും കാണാനാകുമായിരുന്നില്ല. ഓടിമറയുന്ന ചുവടു
കൾക്കിടയിൽ കുരുങ്ങി പഞ്ചാരമണൽ കരയുന്നതിന്റെ ശബ്ദം മാത്രം
പല്ലുകളെ കിരുകിരുപ്പിച്ചു.

വരണ്ട ചുണ്ടുകൾ ചലിപ്പിച്ച് അയാൾ എങ്ങനെയോ വെള്ളം എന്നു
പറഞ്ഞൊപ്പിച്ചു. അടുക്കളയിൽ പോയി വെള്ളവുമായി വന്നപ്പോഴേക്കും
മരണത്തെ കണ്ട ഭീതിയിൽ വക്രിച്ച കണ്ണുകളോടെ ഒരുവശത്തേക്ക്
അയാൾ മുഖം തിരിച്ചിരുന്നു.

പുറത്ത് ആരൊക്കെയോ ഓടുന്നതിന്റെയും നിലവിളിക്കുന്നതി
ന്റെയും ശബ്ദങ്ങൾ പരസ്പരം കൂടിക്കുഴഞ്ഞു. ഇരുട്ട് എല്ലാറ്റിനും മീതെ
ഭീകരമായ കരിനിഴൽ വീഴ്ത്തി വിറച്ചുകൊണ്ടിരുന്നു.

താമസിയാതെ കലാപം നിറഞ്ഞ ഭൂമിയെപ്പോലെ ചേരി കൂട്ടനില
വിളി മാത്രമായി. സ്ത്രീകളുടെയും കുട്ടികളുടെയും നിലവിളികൾ. കത്തി
യുടെ വായ്ത്തലയ്ക്ക് മുമ്പിൽ അത് ചിലപ്പോൾ ഭീതിയോടെ മുറിഞ്ഞു.
ഓരോ നിലവിളിയും ഇടനെഞ്ചിലേക്ക് കനൽ കോരിയിടുന്നത് പോലെ
യാണ് അനുഭവപ്പെട്ടത്. ഇടയ്ക്കെപ്പോഴോ ആർപ്പുവിളികളിലേക്ക് ഉപ്പ
യും ഇറങ്ങിയോടി.

ഇരുട്ടിന്റെ ഏതോ ഗുഹാമുഖത്തെന്നപോലെ ഉമ്മയുടെ നെഞ്ചും
തടവിയിരിക്കുമ്പോൾ ഉമ്മ എന്തൊക്കെയോ പറയുന്നുണ്ടായിരുന്നു.
പഴയ ഏതോ ചിത്രത്തെ പൊടിതട്ടിയെടുക്കുമ്പോലെ ശബ്ദം ഇടറു
കയും ചിലപ്പോൾ ചിലമ്പുകയും ചെയ്തു. കൈത്തണ്ടയിൽ അവർ ബല
മായി പിടിക്കുന്നുണ്ടായിരുന്നെങ്കിലും ശരീരത്തിന്റെ മറ്റു ഭാഗങ്ങൾ കുഴ
ഞ്ഞതുപോലെയുണ്ടായിരുന്നു.

പുലർച്ചയാണ് ഉപ്പ തിരിച്ചുവന്നത്. മുഖം മ്ലാനമായിരുന്നു. ഭീകര
മായ ദൃശ്യങ്ങളിൽ നടുങ്ങിയ കണ്ണുകൾ. ഷർട്ടിൽ മാങ്ങാച്ചുനപോലെ

ഉണങ്ങിപ്പിടിച്ച രക്തക്കറ. ആൾക്കൂട്ടത്തെ മുറിച്ചുകടക്കാനാവാതെ പിൻതിരിഞ്ഞോടിയതിന്റെ വിറയൽ കാലുകളിൽ അപ്പോഴും നിലച്ചിരുന്നില്ല. പുറത്ത് പ്രഭാതസൂര്യന്റെ രശ്മികൾക്കുപോലും ചോരയുടെ നിറമാണെന്ന് തോന്നി.

ആളുകൾ ഉച്ചത്തിലുള്ള സംസാരം മതിയാക്കി തങ്ങളുടെ സ്വകാര്യതയിലേക്ക് ഉൾവലിഞ്ഞു. ഇരുട്ടിന്റെ മറവിൽ കൊച്ചുവർത്തമാനം പറയുന്ന ചെറിയ ചെറിയ സംഘങ്ങളായി അവർ രൂപാന്തരം പ്രാപിച്ചത് അജ്ഞാതമായ ഏതോ നാടകത്തിന്റെ തിരശ്ശീല വീണപോലെ പെട്ടെന്നാണ്. ഇരുട്ടിന്റെ അവ്യക്തതകളിലേക്ക് പലരും കടൽകടന്നെത്തി. വള്ളങ്ങൾക്ക് പിറകിൽ മറകെട്ടി പെട്രോൾ മാക്സ് വിളക്കുകളുടെ വെളിച്ച വൃത്തങ്ങളിൽ അവർ കൊച്ചുകൊച്ചുതുരുത്തുകളായി. ഒരു കാറ്റ് എല്ലാറ്റിനെയും തുടച്ചു നീക്കുകയും മറ്റൊന്നിനെ വളരെവേഗത്തിൽ സ്ഥാപിക്കുകയും ചെയ്യുന്ന പോലെ ഭീകരത ചേരിയെ അപരിചിതവും വിചിത്രവുമായ വ്യവസ്ഥകളിലേക്ക് പെട്ടെന്ന് വലിച്ചുകൊണ്ടുപോയതു പോലെ തോന്നിച്ചു. ആയുധങ്ങളുമേന്തി ചിലർ തെരുവുകളിലൂടെ നടന്നു. എങ്ങും കട്ടിയേറിയ കരിമ്പടമായി ശാന്തത തിങ്ങിവിങ്ങി. മൂർച്ചയുള്ള നിലവിളിയോടെ മാത്രം അത് ചിലപ്പോൾ കീറപ്പെട്ടു.

ചർച്ച പതിവിൽ കൂടുതൽ നീണ്ടുപോയിരിക്കണം. നേരമേറെ ചെന്നിട്ടും ഉപ്പയെ കാണാതായപ്പോൾ ഉമ്മ ഇടയ്ക്കിടെ അന്വേഷിച്ചുകൊണ്ടിരുന്നു. ചർച്ചയുള്ള ദിവസമാണ് എന്ന ഉത്തരം അവരെ ഇപ്പോൾ സമാധാനിപ്പിക്കാറില്ല. ഒത്തുതീർപ്പുകളിൽ കലങ്ങിയ ചില പ്രതീക്ഷകൾ മാത്രമാണ് ഇപ്പോൾ അവശേഷിക്കുന്നതെന്ന് ഉമ്മയും തിരിച്ചറിഞ്ഞപോലെ. നനഞ്ഞ ബഡ്ഷീറ്റും പുതപ്പും മാറ്റിയിട്ടപ്പോൾ ഉമ്മ ദയനീയതയോടെ എന്നെ നോക്കി ഉൾക്കണ്ഠപ്പെട്ടു. 'ഇന്നത്തെ ചർച്ചീം എവിട്യത്തുല്ല, അതാ ഇത്രേം നേരം വൈകിണത്. പിന്നീട് ഇവിടെ കെടന്ന് മയ്യത്താവാനാണ് ന്റെ വിതി' എന്ന് മച്ചിലേക്ക് നോക്കി എല്ലായ്പ്പോഴുമെന്നപോലെ പരിഭവപ്പെട്ടു. ഉമ്മയെ ആശ്വസിപ്പിക്കുന്നത് ശ്രമകരമായ ജോലിയാണെന്ന് എനിക്ക് നേരത്തെയറിയാം. ഉമ്മയും ചോദ്യങ്ങൾക്കൊന്നും മറുപടി പ്രതീക്ഷിക്കാറില്ലല്ലോ.

രാത്രിയുടെ നിലവിളികൾക്ക് മീതെ പതിഞ്ഞ കാലടികളോടെയാണ് ഉപ്പ വന്നത്. ടോർച്ചിന്റെ നക്ഷത്രവെളിച്ചം കണ്ണുകളിൽ തിരയിളക്കമായി നിറഞ്ഞപ്പോൾ ഏതോ സ്വപ്നത്തിൽനിന്നും ഞെട്ടിയുണരുന്നത് പോലെ നടുങ്ങി. ഒരു ചിരിയോടെ നിൽക്കുന്ന ഉപ്പയുടെ മുഖത്ത് പതിവില്ലാത്ത വിധം തെളിച്ചം മിന്നുന്നുണ്ടായിരുന്നു. താമസിയാണ്ട് ഞമക്ക് വീട്ടിൽ പോകാം. പറഞ്ഞേക്ക് അന്റെ ഉമ്മാനോട് എന്ന് തെല്ല് സന്തോഷത്തോടെ പറഞ്ഞ് ഉപ്പ അകത്തേക്ക് കയറി. കൂടുതൽ വിശദാംശങ്ങൾ അറിയാനാ ഗ്രഹിച്ചെങ്കിലും ഒന്നും ചോദിക്കാൻ തോന്നിയില്ല.

കട്ടിലിനോടുപുറം ചാരി തിരിഞ്ഞ് കിടക്കുന്ന ഉമ്മയുടെ ശോഷിച്ച ശരീരം ജീവിതത്തിലെ ഏറ്റവും സന്തോഷപ്രദമായ നിമിഷങ്ങളെ

എങ്ങനെയാവും അതിജീവിക്കുകയെന്ന് ചിന്തിച്ചുകൊണ്ടാണ് കട്ടിലിലേ ക്കിരുന്നത്. ഉമ്മയുടെ നഗ്നമായ കഴുത്തിൽ ഞരമ്പുകൾ കെട്ടിപ്പിണഞ്ഞ് കിടന്നു. ചുമലിൽ കൈ വെച്ചപ്പോൾ ഞെട്ടിവിറച്ചുപോയി. ജീവന്റെ അവസാനത്തെ കണികയും പിടഞ്ഞമരുന്നതിന്റെ ത്രസിപ്പുകൾ സിര കളിലേക്ക് പടർന്നതും ഒരു നിലവിളി തൊണ്ടയിൽ ചലം പോലെ പൊട്ടി യൊഴുകി. കരഞ്ഞും നിലവിളിച്ചും ഇരുട്ടിന്റെ അടരുകൾക്കടിയിലേക്ക് ആഴ്ന്നിറങ്ങിപ്പോയ നിമിഷങ്ങൾക്ക് ഉമ്മയുടെ കണ്ണീരിന്റെ ഗന്ധമാ യിരുന്നു. ആരൊക്കെയോ പിടിച്ചെഴുന്നേൽപ്പിക്കുമ്പോഴും അടുത്തമു റിയുടെ ഇരുളിൽ സ്വയം നഷ്ടപ്പെടുമ്പോഴും ഉമ്മറത്ത് പതിയുന്ന കാൽ പ്പാടുകളിൽ പലതും രൗദ്രത്തോടെ മുരളുന്നുണ്ടെന്ന് തോന്നി. ഉപ്പയോട് അടുപ്പമുള്ളവരിൽ പലരും അകലെ നിസ്സംഗരായി നോക്കിനിൽക്കുന്ന കാഴ്ച ഒരുപക്ഷേ ഉപ്പയേയും വിഷമിപ്പിച്ചിട്ടുണ്ടാവണം. ഉപ്പ അങ്ങനെ തളർന്നുപോയ ഒരു നിമിഷം മുമ്പൊന്നും കണ്ടതായി ഓർമയില്ല.

ഇപ്പോൾ എല്ലാവരും തിരിച്ചുപോക്കിനൊരുങ്ങി നിൽക്കുകയാണ്. കറവീണ മനസുകൾക്കിനി പഴയതുപോലെ സൗഹൃദത്തോടെയും വിശ്വാസത്തോടെയും കഴിയാനാവുമോ..? ചേരിയിലേക്ക് ഇനി എന്നെ ങ്കിലും പഴയ ആ ജീവിതം തിരിച്ചുവരുമോ...? ഉമ്മ പറഞ്ഞത് ശരിയാണ്. ഒരിക്കൽ അഭയാർഥിയായവർക്ക് പിന്നീടൊരിക്കലും ജീവിതത്തിലേ ക്കൊരു തിരിച്ചു പോക്കില്ല. അവർക്ക് പോകാനുള്ളത് മറ്റൊരിടമാണ്. ഭൂതകാലം നഷ്ടപ്പെട്ടവരുടെ ഇരുണ്ട ലോകം.

ഇരുട്ടുവീണ വഴികൾ

ആരോ വലിച്ചുകൊണ്ടുപോകുന്നതുപോലെ ഡോക്ടർ ആ തെരുവിലെത്തുമ്പോൾ ഇരുട്ടിത്തുടങ്ങിയിരുന്നു. നഗരം പുറത്തേക്ക് തള്ളുന്ന ചില മനുഷ്യരുടെ താവളമായിരുന്നു. തകരപ്പാട്ട വിൽപ്പനക്കാ രുടെയും നെഞ്ചുവിടർത്തി നടക്കുന്ന തോട്ടികളുടെയും ആ തെരുവ്. ഏഴാം നമ്പർ തെരുവ് എന്ന ദിശാസൂചികക്കരികിൽ കാലം ഉപേക്ഷിച്ചതു പോലെ ഡോക്ടർ നിന്നു.

ജീർണിച്ച ഒരു കെട്ടിടത്തിനരികെ തന്റെ വഴി അവസാനിച്ചതു പോലെ ഡോക്ടർക്ക് തോന്നി. മുന്നിൽ ഇടുങ്ങിയ ഗോവണി മാത്രമാണ് അവശേഷിക്കുന്നത്. പെരുകിയ ആധിയോടെ ഡോക്ടർ ഗോവണി കയ റുവാൻ തുടങ്ങി. ദുർഗന്ധം വമിക്കുന്ന ചവിട്ടുപടികളിൽ പലതും ഇള കിപ്പോയിരുന്നു.

ഗോവണിയുടെ അവസാനം, ടാർപ്പായകൊണ്ട് കെട്ടിയുയർത്തിയ കുടിലിലേക്കുള്ള പ്രവേശനകവാടത്തിലേക്ക് ഒരു ചവിട്ടുപടി നീണ്ടു വന്നു. തെല്ലിട ഡോക്ടർ അവിടെ നിന്നു. തീരുമാനങ്ങളുടെ അവ സാനത്തെ പടിയിലേക്ക് ചില മുഖങ്ങൾ കരഞ്ഞുകൊണ്ടുയർന്നു വരി കയാണ്. കണക്കുകൾ പിഴച്ച് ചുരുട്ടിക്കൂട്ടിയ കടലാസുതുണ്ടം പോലെ മനസ്സ് നിർജീവമാകുന്നുമുണ്ട്. ചെതുമ്പലുകൾ തുറന്ന് വേവുന്ന ചോദ്യ ങ്ങൾ വീണ്ടും മനസിലേക്ക് എടുത്തെറിയുന്നതാരാണ്?

കുടിലിനകം ഇരുട്ടിൽ അമർന്നുകിടക്കുകയായിരുന്നു. തെല്ലിട കഴി ഞ്ഞപ്പോൾ സൂചിക്കുത്തുപോലെ വെളിച്ചത്തിന്റെ വൃത്തവും അതിന്റെ പ്രഭവ സ്ഥാനത്തേക്ക് ഒരിളം ചുവപ്പാർന്ന നാടയും ദൃശ്യമായി. അത് മറ്റൊരു മുറിയുടെ സാധ്യതയാണെന്ന് തിരിച്ചറിഞ്ഞതും ഡോക്ടറുടെ കാലുകൾക്ക് വേഗത വർധിച്ചു.

മുറിയിലെ മെർക്കുറി പ്രകാശം കണ്ണുകളെ മാത്രമല്ല, ഒരു നിമിഷം എല്ലാ ചിന്തകളേയും മരവിപ്പിച്ചു. മുറിയുടെ ഒരു കോണിൽ ഇരിക്കുന്ന മനുഷ്യനെ കണ്ടപ്പോൾ ഡോക്ടർ ആശ്വാസത്തോടെ തന്റെ കുട്ടിക്കാലം ഓർത്തു. തടിച്ച ചുണ്ടുകളെ പാടെ മറച്ചുകൊണ്ടുള്ള കട്ടിമീശയ്ക്ക് മുകളിലെ കത്തികൊണ്ട പാടുകൾ ഒരു നല്ല ചിത്രകാരന്റെ കൈകളിൽ ഭദ്രമായ കഥാപാത്രം പോലെ ക്രൂരമായ ഒരു വാടകക്കൊലയാളിയെ കൃത്യമായി അടയാളപ്പെടുത്തുന്നുണ്ട്.

ഡോക്ടർ കസേരയിലേക്കമർന്ന്, പേഴ്സിൽനിന്ന് രതിയുടെ ഫോട്ടോ എടുത്ത് മേശപ്പുറത്ത് വച്ചു. നേരത്തെ തീരുമാനിച്ചുറച്ചതിൽ നിന്ന് ഒട്ടും വിഭിന്നമായിരുന്നില്ല, ഡോക്ടറുടെ ഓരോ ചലനവും. ഒരു വാടകക്കൊലയാളിയോട് സംസാരിക്കുന്നതിന് വലിയ പരിമിതികളുണ്ടെന്ന് ഡോക്ടർക്ക് നേരത്തെ അറിയാമായിരുന്നു. ഭൂതകാലത്തിലേക്ക് അനാവശ്യമായി ഒളിഞ്ഞുനോക്കാനുള്ള ഒരു ത്വര അവരുടെ നോട്ടങ്ങൾക്ക് പോലുമുണ്ടാവും.

ഏതോ രഹസ്യക്കോട്ടയുടെ കാവൽക്കാരനെപ്പോലെ അയാൾ ക്ലിപ്തപ്പെടുത്തിയ ചോദ്യങ്ങളിലൂടെ ഡോക്ടറുടെ ജീവിതത്തിലെ കറുത്ത അധ്യായങ്ങൾ വായിച്ചു. പിന്നെ നിസ്സംഗതയോടെ മേശപ്പുറത്ത് വച്ച പണവും ഫോട്ടോയുമെടുത്ത് മേശയ്ക്കടിയിലേക്ക് നീക്കിവെയ്ക്കുകയാണുണ്ടായത്. തിരിഞ്ഞുനടക്കാൻ തുടങ്ങിയപ്പോൾ അയാൾ പിന്നിൽ നിന്ന് വിളിച്ച് ഇത്രമാത്രം പറഞ്ഞു:

"സമയം ഞങ്ങൾ തീരുമാനിക്കും ഡോക്ടർ. മരണം ഏതുനിമിഷവും കടന്നുവരാം. ഏതു രൂപത്തിലും." തുടർന്ന് ഒരു വാടകക്കൊലയാളിക്കുമാത്രം സാധ്യമാകുന്ന രീതിയിൽ അയാൾ ഘോരമായ ശബ്ദത്തിൽ ചിരിച്ചു.

തിരിച്ച് ഗോവണിയിറങ്ങുമ്പോൾ എല്ലാ വെളിച്ചവും പൊടുന്നനെ അണഞ്ഞു. ഇരുട്ടിന്റെ അഗാധതയിലേക്കിറങ്ങിപ്പോകുന്ന കനത്ത ഏകാന്തത തന്നെ ചുഴ്ന്നു നിൽക്കുന്നപോലെയും ഊന്നുവടി നഷ്ടപ്പെട്ടവന്റെ ആത്മവിശ്വാസമില്ലായ്മ ശരീരത്തെ തളർത്തുന്നതുപോലെയും ഡോക്ടർക്ക് തോന്നി. ചവിട്ടുപടികൾ ഊഹം വെച്ചിറങ്ങിക്കൊണ്ടിരിക്കുമ്പോൾ ഡോക്ടർക്ക് തീർച്ചയായും ചിലത് ഓർക്കാനുള്ള അവസരമുണ്ട്.

രണ്ട്

"പ്രണയത്തിന് എന്തുനിറമാണെന്ന് ഡോക്ടർക്കറിയ്യോ.."

"പ്രണയത്തിന് ഹൈവേവ്ലങ്ട്താണ്, അതുകൊണ്ട് ചുവപ്പ്."

"അല്ല ഡോക്ടർ, മഞ്ഞനിറം. വാൻഗോഗിന്റെ മഞ്ഞ സൂര്യകാന്തിപ്പൂക്കൾ ഡോക്ടർ ഓർക്കുന്നില്ലേ... കെ ആർ മീര എന്നൊരു എഴുത്തുകാരി കാമത്തിനും അതേ നിറം നൽകിയിട്ടുണ്ട്."

രതി ചിരിച്ചുകൊണ്ടാണ് അത്രയും പറഞ്ഞത്. പൊതുവിൽ ലൈംഗി

കതയെക്കുറിച്ച് സംസാരിക്കുമ്പോൾ സ്ത്രീകൾക്കുണ്ടാകുന്ന ജാള്യത അവളെ പിടികൂടിയിരുന്നില്ല.

പുരോഗമന ചിത്രകലാ സമിതി സംഘടിപ്പിച്ച ഒരു ചിത്രപ്രദർശന ഹാളിൽ വെച്ച് അവർ പരസ്പരം പരിചിതരായിട്ട് രണ്ടുമണിക്കുറേ ആയി രുന്നുള്ളൂ. സ്ത്രീകൾ മാത്രം വരച്ച ചിത്രങ്ങളാണ് അവിടെ പ്രദർശന ത്തിനുണ്ടായിരുന്നത്. ജീവിതത്തിന്റെ സങ്കീർണതകളത്രയും തുടിച്ചു നിൽക്കുന്ന ചിത്രങ്ങൾ മഹത്തരമാണെന്ന ധാരണ എല്ലാ ചിത്രകാരിക ളുടെ മുഖത്തും ധാർഷ്ട്യത പൂണ്ടുനിന്നിരുന്നു.

ദൈനന്ദിന ജീവിതത്തിലെ തിരക്കുകളിൽനിന്ന് മനസിനെ വിമലീ കരിക്കുവാനുള്ള ഒരു ഉപാധിയായിട്ടാണ് ഡോക്ടർ ചിത്രകലയെ കണ്ടത്. പ്രദർശന ഹാളിലെ അഭിപ്രായ സർവേക്ക് കരുതിയിരുന്ന പാഡ്ഡിൽ കോറിയ വിയോജനക്കുറിപ്പാണ് ഇരുവരേയും പരസ്പരം അടുപ്പിച്ചത്.

അന്നുമുഴുവൻ ഡോക്ടർ അവിടെ കഴിച്ചുകൂട്ടി. പ്രദർശന ഹാൾ അനുവദിക്കപ്പെട്ട സമയം തീർന്നപ്പോൾ രതിയുടെ ചിത്രങ്ങൾ ചുമന്നു കൊണ്ട് നഗരത്തിലെ തിരക്കുകുറഞ്ഞ അവളുടെ ഫ്ലാറ്റിന്റെ മുൻവശം വരെ ഡോക്ടർ ചെന്നു. പക്ഷേ, രതി അയാളെ വീട്ടിലേക്ക് ക്ഷണിച്ചില്ല.

ഒരാഴ്ചയ്ക്കുശേഷം മെഡിക്കൽ കോൺഫറൻസ് കഴിഞ്ഞിറങ്ങു മ്പോൾ രതി കാത്തുനിൽക്കുന്നത് കണ്ട ഡോക്ടർ അത്ഭുതപ്പെട്ടു. കണ്ണു കളിൽ മാത്രം ജീവിതത്തിന്റെ തീക്ഷ്ണത സൂക്ഷിക്കുന്ന കൊലുന്നനെ യുള്ള പെൺകുട്ടിക്ക് പെട്ടെന്ന് ആരുടെയും ശ്രദ്ധയാകർഷിക്കാൻ വേണ്ട വിധം സൗന്ദര്യമൊന്നുമില്ലെന്ന് ഡോക്ടർ അന്നേരമാണ് തിരിച്ചറിഞ്ഞത്.

കോൺഫറൻസിൽ ഡോക്ടർ ഇവിടെ വരുമെന്നറിയാമായിരു ന്നെന്നും അത് കഴിഞ്ഞാൽ കോഫിഹൗസിന്റെ ഹരിതാഭയിൽ ഒരു സായന്തനം മുഴുവൻ ഒരുമിച്ച് ചെലവഴിക്കാൻ മോഹിച്ചാണ് എത്തിയ തെന്നും അവൾ തമാശ പറഞ്ഞു. സൂര്യന് കീഴെയുള്ള എന്തിനെക്കു റിച്ചും സംസാരിക്കാനുള്ള താൽപ്പര്യമാണ് മറ്റു പെൺകുട്ടികളിൽ നിന്നും രതിയെ വേർതിരിക്കുന്നതെന്ന് തോന്നി. അവളുടെ മിഴികളിൽ പ്രണയം തിരയിളക്കത്തോടെ ക്ഷോഭിക്കുന്നത് കാണുമ്പോൾ പ്രത്യേകിച്ച് ബന്ധമൊന്നുമില്ലെങ്കിലും കുട്ടിക്കാലത്തെപ്പോഴോ അച്ഛന്റെ കൂടെ കടൽ അകലെനിന്ന് കണ്ടത് ഡോക്ടർക്ക് ഓർമ വരുമായിരുന്നു.

"ഡോക്ടർ എന്താ ഇതുവരെ കല്യാണം കഴിക്കാതിരുന്നത്?" ഓറഞ്ച് ജ്യൂസിന്റെ കൊഴുപ്പ് പുരണ്ട പൈപ്പ് ചുണ്ടുകൾക്കിടയിലേക്ക് കയറ്റിയും ഇറക്കിയും രസിച്ചുകൊണ്ട് രതി പെട്ടെന്ന് ചോദിച്ചു.

പെട്ടെന്നൊരു ഉത്തരം ഡോക്ടർക്കുണ്ടായിരുന്നില്ല. ഇറങ്ങിയും കയ റിയും പല സ്ത്രീകൾ ഇടയ്ക്കിടെ ജീവിതത്തിലൂടെ കടന്നുപോയിട്ടുണ്ട്. വേദനയുടെ കൊളുത്തുകൾ മാംസത്തിലേക്കെറിഞ്ഞു പിടിപ്പിക്കാതെ.

"ഇതുവരെ ആലോചിച്ചിട്ടില്ല, ഈ നിമിഷം വരെ."

"എങ്കിൽ ഇപ്പോൾ ആലോചിച്ചുകൂടെ.. വിവാഹമില്ലാത്ത ഒരു

വിവാഹ ജീവിതം."

മറുപടിക്ക് കാത്തുനിൽക്കാതെ രതി പെട്ടെന്ന് മുന്നോട്ടാഞ്ഞ് ഡോക്ടറുടെ കൈ കവർന്നു. നഗരത്തിലെ തിരക്കൊഴിഞ്ഞ ഒരിടത്ത് മതി വീടെന്നും വീട്ടിൽ ധാരാളം മുറികളുണ്ടാവണമെന്നും നിഷ്കർ ഷിച്ചത് രതിയാണ്. സ്വീകരണഹാളിലെ വിശാലമായ ചുവരുകളിൽ സൂര്യകാന്തിപ്പൂക്കളും ഗൂർണിക്കയും ലാസ്റ്റ് സപ്പറും എ ലേഡി വിത്ത് പേൾസ് ഇയറിങ്സും അവർ തൂക്കിയിട്ടു. ഷോക്കേസിൽ ചിത്രകലയെ ക്കുറിച്ചുള്ള പ്രശസ്തവും അപ്രശസ്തവുമായ ഗ്രന്ഥങ്ങൾ അടുക്കി വെച്ചു. ഒരു ഡോക്ടറുടെ വീടാണ് അതെന്ന് തെളിയിക്കുന്ന ഒന്നും അവിടെ അവശേഷിച്ചിരുന്നില്ല.

ജീവിതം വീണ്ടും ആഘോഷങ്ങളുടെ നിറപ്പകർച്ചകളിലേക്കിറങ്ങി ചെല്ലുകയാണെന്നുപോലും ഡോക്ടർക്ക് തോന്നി. വൈകാരികതയി ല്ലാത്ത രതി മനസിൽ മാത്രമല്ല ശരീരത്തിലും കറ വീഴ്ത്തുകയില്ല. ഭോഗ ത്തിന്റെ അനന്തമായ സാധ്യതകളാണ് അത് മുന്നിൽ തുറന്നിടുന്നത്. യാന്ത്രികത വെടിഞ്ഞുള്ള പരസ്പരാവശ്യത്തിന്റെ വർണമേളനങ്ങൾ.

മൂന്ന്

വീട്ടിൽ തിരിച്ചെത്തിയ ഉടനെ രതി വാഷ്ബേസിനരികിലേക്ക് നടന്നു. കടവാതിലുകളുടെ വികൃതവും ഭീതിജനകവുമായ മേഘക്കൂട്ട ങ്ങളുടെ പശ്ചാത്തലത്തിൽ ഫെമിനിസത്തെ ആധാരമാക്കി ഒരു ചിത്രം വരയ്ക്കാൻ ആലോചിച്ചത് രതിയിൽ പെട്ടെന്ന് മനം പുരട്ടലുണ്ടാക്കി. കടലിന്റെ ആഴത്തിലേക്ക് മഴ പെയ്യുകയാണ്.   വന്യമായ മഴ.

വാഷ്ബേസിനിലേക്ക് കുതിച്ചുചാടിയ വറ്റുകൾ, അംഗങ്ങൾ ഛേദി ക്കപ്പെട്ട ജഡങ്ങൾപോലെ ചിതറിത്തെറിച്ചു. രതി വീണ്ടും ഓക്കാനിച്ചു. ശരീരം കുഴഞ്ഞുപോകുകയാണ്.

സ്നേഹം മാംസത്തിൽ ചങ്ങലക്കൊളുത്തുകൾ ഇടുന്നതാലോചിച്ചു കൊണ്ട് രതി കസേരയിലേക്കമർന്ന് ഒരു നിമിഷം കണ്ണടച്ചിരുന്നു. ശരീര ത്തിലെവിടെയോ നീറ്റൽ അനുഭവപ്പെടുന്നുണ്ട്. അടിവയറ്റിൽ ഒരു കുഞ്ഞിക്കൈ കൊളുത്തിവലിക്കുന്നുവോ..?

തെരുവിലെവിടെയോ ഒരു കുഞ്ഞു കരയുന്ന ശബ്ദം കേട്ടു. രാത്രിയുടെ ഞരമ്പുകളെ നോവിച്ചുകൊണ്ട് കടന്നുപോയ തീവണ്ടിയുടെ അരോചക ശബ്ദത്തിലെവിടെയോ അത് ദീനമായി മുറിഞ്ഞു.

പൊക്കിൾക്കൊടി അറത്തുമാറ്റാനുയരുന്ന കത്രിക ചുണ്ടുകൾ ഭയന്ന് പിടഞ്ഞുണർന്നു കരയുന്ന കുഞ്ഞുങ്ങളെ കണ്ട് നിലവിളിച്ചു കൊണ്ടാണ് രതി ഉറക്കത്തിൽനിന്ന് രാത്രി ഞെട്ടിയുണർന്നത്. ചോര യൊലിപ്പിച്ച് കരയുന്ന ബീഭത്സമായ കുഞ്ഞുമുഖങ്ങൾ പിന്നെയും അവ ളുടെ ഇമകൾക്കകത്ത് തങ്ങിനിന്നു.

അവൾ ഡോക്ടറെ കുലുക്കിവിളിച്ചുണർത്തി. എന്താ എന്ന ചോദ്യ

ത്തോടെ ഉറക്കത്തിന്റെ ലഹരിയുമായാണ് ഡോക്ടർ ഉണർന്നത്.

"നമുക്കുടനെ കല്യാണം കഴിക്കണം ഡോക്ടർ...."

"ഈ രാത്രിയിലോ..?"

"അല്ല, പക്ഷേ അധികം താമസിയാതെ.."

സുഹൃത്തുക്കളുടെ സാന്നിധ്യത്തിൽ അമ്പലത്തിൽ വെച്ച് മതാചാര പ്രകാരം തന്നെ വേണം കല്യാണമെന്ന് രതി നിർബന്ധിച്ചപ്പോഴും ഡോക്ടർ എതിർത്തില്ല. ഡോക്ടർക്കതിൽ വലിയ താൽപ്പര്യമില്ലെന്ന് ആദ്യം മുതലേ രതിക്കറിയാമായിരുന്നു. അന്നുരാത്രി പതിവിൽ കൂടുതൽ മദ്യപിച്ച് മനസിന്റെ പ്രതിഫലനം ഡോക്ടർ അവളെ ബോധ്യപ്പെടുത്തു കയും ചെയ്തു.

വിവാഹത്തോടനുബന്ധിച്ചുള്ള യാത്രകളിൽനിന്ന് തെറിച്ചുവീണ പ്പോൾ ഡോക്ടർ രോഗികളുടെ ഇടയിലേക്ക് പൊടുന്നനെ ഉൾവലിഞ്ഞ തായി രതി കണ്ടു. വിരസമായ ദിനചര്യകളിലൂടെ സമയത്തെ ബന്ധി പ്പിക്കുന്ന, തന്നെ കാത്തിരിക്കുന്ന നിസ്സഹായതയുടെ കഥകൾ വെറു പ്പുളവാക്കുന്നുവെന്ന് ഒരു ദിവസം രതി തിരിച്ചറിഞ്ഞതും യാദൃച്ഛിക മായിരുന്നില്ല. സ്വകാര്യസ്വത്തായി കൊണ്ടുനടന്നിരുന്ന അസന്തുഷ്ടി ബന്ധങ്ങൾക്ക് നടുവിൽ സുതാര്യമായ ഒരു തിരശ്ശീലയായി ഇരുവരും കാത്തുസൂക്ഷിച്ചിരുന്നുവെന്ന യാഥാർഥ്യത്തിന്റെ ഓർമപ്പെടുത്തൽ മാത്രമായിരുന്നു പക്ഷേ അത്.

നാല്

ഇരുട്ടുവീണ തെരുവിലൂടെ ഡോക്ടർ ഇപ്പോൾ നടക്കുകയാണ്. രാത്രിയിലെ തെരുവിന് മറ്റൊരു മുഖമാണ്. ലഹരിയിൽ മതിമറന്ന ആണും പെണ്ണും ഇണചേരുന്ന തെരുവോരങ്ങൾ. ടാർപ്പായ ഷീറ്റുകളുടെ ഇരുളിൽ ചിലപ്പോൾ ഇടിവാൾ പോലെ ഒരു പെൺകരച്ചിലിന്റെ മൂർച്ച യേറിയ ശബ്ദം ഉയർന്ന് താഴുന്നു. വിളക്കിന്റെ നിഴലിലൂടെ ആർത്തു വിളിച്ചുകൊണ്ട് പെൺകുട്ടികൾ ഓടുന്നു. വെളിച്ചമില്ലാത്ത ഇടങ്ങളിൽ തുവാലകളിൽ നിലവിളികൾ ഞെരിഞ്ഞമരുന്നത് ഒരു കത്തിമുനയുടെ പോറൽ പോലെയാണ്.

നഗരത്തിലെത്തിയ ഉടനെ ഡോക്ടർ ആദ്യം കണ്ട ബാറിലേക്ക് കയറി. സിരകളിലൂടെ ലഹരി പിടഞ്ഞുയർന്നത് സുരതാസക്തിയോടെ യായിരുന്നു. നിമിഷങ്ങൾക്കകം ഒരൊറ്റ തുരുത്തിന്റെ ഏകാന്തതയുമായി അത് തലച്ചോറിനെ ജ്ഞാനസ്നാനം ചെയ്തു നിതാന്തമൗനത്തിലമർ ന്നു. കിടപ്പുമുറിയിൽ രതിക്ക് വിവാഹ സമ്മാനമായി കിട്ടിയ മെഴുകിന്റെ ഓമനത്തത്തിൽ മെനഞ്ഞെടുത്ത പാവക്കുട്ടി മനസിലേക്ക് ഒഴുകി വന്നു. വശ്യമായ പുഞ്ചിരിയോടെ ആകർഷകമായിരുന്നു അതിന്റെ മെഴുകു മുഖം. തിരക്കിട്ട് വേഷം മാറിയ ഒരു ദിവസം അറിയാതെ കൈതട്ടിമറിഞ്ഞ് അത് നിലത്ത് വീണുടഞ്ഞത് ഡോക്ടർ വെറുതെയോർത്തു. ശബ്ദം

കേട്ടാണ് രതി ഈറൻ വസ്ത്രങ്ങളോടെ കുളിമുറിയിൽ നിന്ന് ഓടിവന്നത്. "കൊല്ലും നിങ്ങൾ. കുട്ടികളെ മാത്രമല്ല പ്രതിമയെപ്പോലും" എന്ന് സ്വയം പിറുപിറുത്ത് അവൾ ഓരോ കഷണവും സൂക്ഷ്മതയോടെ പെറുക്കി യെടുക്കാൻ തുടങ്ങി.

അബോർഷനായതിനുശേഷം അവളുടെ പെരുമാറ്റത്തിൽ സാരമായ മാറ്റം വന്നിരുന്നു. മറ്റൊരാളെപ്പോലെ അവൾ അപരിചിതത്വത്തിന്റെ പുക മറയ്ക്കുള്ളിലേക്ക് ആണ്ടുപോയിരുന്നു.

പിന്നീടാണ്, ഡോക്ടർക്ക് കൃത്യമായി എപ്പോഴാണെന്ന് ഓർമയില്ല, രതിയുടെ സൗന്ദര്യം അവളുടെ ഉടലിന്റെ ക്ഷേത്രഗണിതത്തിന്റെ സൂക്ഷ് മത, വാക്കുകളിൽ അവൾ അനാവശ്യമായി ഉപയോഗിക്കുന്ന നിറങ്ങൾ, കിടപ്പറയിലെ ചലനങ്ങൾപോലും അസ്വസ്ഥത മാത്രമാണ് സൃഷ്ടി ക്കുന്നതെന്ന കണ്ടെത്തലിലേക്ക് ഡോക്ടർ എത്തിച്ചേർന്നത്.

ബാറിൽ നിന്നിറങ്ങുമ്പോൾ ഇരുട്ട് എല്ലാറ്റിനെയും കീഴ്പ്പെടുത്തിയി രുന്നു. നഗരതിരക്കുകളിൽ നിന്നകന്നതും ഒരു കുട്ടിയുടെ കരച്ചിൽ കാതി ലേക്ക് സൂചിമുനയോടെ തുളച്ചുകയറി. അടച്ചിട്ട മുറിയിലെന്നപോലെ ആദ്യം വട്ടം കറങ്ങി, പിന്നെ ഒരു തേങ്ങലോളം ലോപിച്ചുകൊണ്ട്. എന്നാൽ അടുത്ത നിമിഷം കരച്ചിൽ വീണ്ടും ഉച്ചസ്ഥായിയിലായി.

അപരിചിതമായ ഒരിടത്തേക്ക് തെറിച്ചുവീണപോലെ ഡോക്ടറുടെ ഹൃദയം വിറച്ചു. വഴി വളഞ്ഞുപുളഞ്ഞു ഇരുട്ടിന്റെ പാടകൾക്കകത്ത് ഞെരുങ്ങിയമർന്ന വിചിത്രവും സങ്കീർണവുമായ നേർത്ത വരകൾ മാത്രമായി. അസാമാന്യ വലിപ്പത്തിൽ വളർന്ന വൃക്ഷത്തലപ്പുകൾ കാറ്റിൽ വന്യമായി ചലിച്ചു. ഞെരിഞ്ഞമരുന്ന നിശ്വാസങ്ങളിൽ അകം വേവുകയാണ്. വീട്ടിലേക്ക് തിരിയുന്ന വളവിൽ ഒരു കുട്ടിയുടെ നിഴൽ പതുക്കെ അനങ്ങുന്നുണ്ടോ..?

വീട് ഇരുട്ടിൽ മുങ്ങിനിന്നു. താക്കോലിനിടയിൽ പൂട്ട് പ്രാചീനത യോടെ മുരണ്ടു. അന്നേരം വെറുതെ രതി അകത്തുണ്ടായിരുന്നെങ്കിലെന്ന് ഡോക്ടർ ആഗ്രഹിച്ചു.

വിളക്കു തെളിയിക്കാതെ ഷർട്ടൂരി ഡോക്ടർ കിടപ്പുമുറിയിലേക്ക് നടന്നു. ബഡ്ലാമ്പ് അപ്പോഴും കത്തുന്നുണ്ടായിരുന്നു. അരണ്ട അതിന്റെ പ്രകാശത്തിൽ കിടപ്പറ ഇരുണ്ടതും വിചിത്രവുമായി തോന്നിച്ചു. രതിയുടെ വസ്ത്രങ്ങളും അവളുടെ ഗന്ധം തന്നെയും അവിടെ നിന്ന് എന്നെന്നേ ക്കുമായി നഷ്ടപ്പെട്ടതായി ഡോക്ടർ കണ്ടു.

കൊടും ഏകാന്തതയിൽ ഡോക്ടർ ഒരു നിമിഷം നിന്നു. എന്നാൽ വീടിനകത്ത് ഏകാന്തത ഒട്ടുമില്ലെന്ന് ഡോക്ടർക്ക് വൈകാതെ ബോധ്യ പ്പെട്ടു. ഇരുട്ടിൽ പതുങ്ങി നിൽക്കുന്ന അചേതനമായ വസ്തുക്കൾപോലും നെടുവീർപ്പടക്കി ഇരയുടെമേൽ ചാടിവീഴാനുള്ള അവസരം പാർത്തിരി ക്കുന്ന ശാന്തതമാത്രമാണ് അവിടെയുള്ളതെന്നും.

ഓരോ മുറിയും ഡോക്ടർ കയറിയിറങ്ങി. രതി ഓർമകൾപോലും അവശേഷിപ്പിക്കാതെ തന്നെവിട്ട് പോയിരിക്കുന്നുവെന്ന യാഥാർഥ്യം ഒരു

സൂചിക്കുത്തുപോലെ ഡോക്ടറെ അസ്വസ്ഥനാക്കി.

തിരിച്ച് കിടപ്പറയിലെത്തിയപ്പോൾ നാലായി മടക്കിയ ഒരു കടലാസ് ഡോക്ടർ കണ്ടു. വിറയ്ക്കുന്ന വിരലുകളോടെ ഡോക്ടർ കടലാസ് എടുത്ത് മടക്കുകൾ സാവധാനം നിവർത്തി. ശൂന്യമായ കടലാസിന്റെ വെൺമേഘവിഹായസിൽ ഒരു തുള്ളി ആർത്തവരക്തം സാവധാനം കിനിഞ്ഞു വന്ന്, ഒഴുകിപ്പരന്ന്, പുറത്തേക്ക് തൂവി, ഡോക്ടറുടെ വെള്ള വസ്ത്രങ്ങളെ ചുവപ്പിക്കാൻ തുടങ്ങി.

സൈക്കിളിലെ കളികൾ

ഓടുന്ന സൈക്കിളിൽ പെട്ടെന്നെണീറ്റുനിന്ന് കൈ രണ്ടും വിടർ
ത്തി, ശരീരം ഒരു ശൈവചാപം പോലെ വളച്ച് കുട്ടി പുഞ്ചിരിച്ചപ്പോഴാണ്
ആളുകൾ കൈയടിക്കാൻ തുടങ്ങിയത്. അതുവരെ ഓരോ നിമിഷ
ത്തിന്റെയും ദൈർഘ്യമറിഞ്ഞ് സ്വന്തം ഹൃദയമിടിപ്പുകളെണ്ണി ജനം ആധി
പിടിച്ച് നിൽപ്പായിരുന്നു.

ഒരു ഒന്തത്തിൽനിന്നാണ് കുട്ടി ഓരോ പ്രാവശ്യവും പുതിയതരം
കളികളോടെ സൈക്കിൾ ഓടിച്ചുകൊണ്ട് വരുന്നത്. ചരടുകളിൽ പാട്ട
ഒരു പ്രത്യേകതരം സംഗീതം പൊഴിക്കുന്നുണ്ടായിരുന്നു. റോഡിനിരു
വശവുമായി ജനം പലപ്പോഴും സൈക്കിളിന് കടന്നുപോകാനുള്ള വഴി
മാത്രം അവശേഷിപ്പിച്ചുകൊണ്ട് കുട്ടിയിലേക്ക് ചാഞ്ഞും ചരിഞ്ഞും
നിലകൊണ്ടു.

കുട്ടി കളി മതിയാക്കി ഒരു പാട്ടയുമായി ജനത്തെ സമീപിച്ചപ്പോഴേ
ക്കും ജനം ചിതറാൻ തുടങ്ങി. ഒന്നോ രണ്ടോ ചില്ലറത്തുട്ടുകൾ മാത്രം
പാട്ടയിൽ വീണു കലമ്പി. കുട്ടി ഓരോരുത്തരെയും സമീപിച്ചെങ്കിലും
ആരും കുട്ടി പറയുന്നതെന്താണെന്ന് കേൾക്കാൻപോലും നിൽക്കാതെ
പിൻതിരിഞ്ഞു നടക്കുകയാണ്. കുട്ടിയുടെ മിഴികൾ നിറയാൻ തുടങ്ങി.

ഈ കാണിച്ചതിലൊക്കെ എന്തത്ഭുതം? ഇതിനേക്കാൾ വലിയ
കളികൾ ടി വിയിൽ കാണാമല്ലോ... പാട്ടയുമായി ചെന്നപ്പോൾ ഒരാൾ
കുട്ടിയോട് ചോദിച്ചു. കുട്ടി അതുകേട്ട് അത്ഭുതപ്പെട്ടില്ല. പലയിടത്തു
നിന്നും ഇപ്പോൾ ഇങ്ങനെ കേൾക്കാൻ തുടങ്ങിയിരിക്കുന്നു. ആദ്യത്തെ
താൽപ്പര്യം ഒന്നോ രണ്ടോ കളിയിൽ തീരുന്നു. ജനം പെട്ടെന്ന് പിരി
ഞ്ഞുപോകുന്നു. കിട്ടുന്ന ചില്ലിക്കാശ് വീട്ടിലെ അരപ്പട്ടിണിക്കുപോലും
തികയാതായിരിക്കുന്നു. വീട്ടിലെ ദുരിതങ്ങളുടെ മുഖങ്ങളിൽ ഇപ്പോഴും

ആശ്വാസം തിരികത്തുന്നില്ല. വിശപ്പിന്റെ അമർഷം ആക്രോശമായി ചരൽ ക്കല്ലുകളായാണ് കുട്ടിക്കുമീതെ പെയ്തൊടുങ്ങുന്നത്. പോകൂ പോയി വല്ലതും കൊണ്ടുവാ....

പുതിയ എന്തെങ്കിലും കളികളുണ്ടോ..? ഒരാൾ മുന്നോട്ട് വന്ന് കുട്ടിയോട് ചോദിച്ചു.

ഉണ്ട്. നിങ്ങൾ ഇതുവരെ കാണാത്ത കളികൾ... കുട്ടി ആവേശ ത്തോടെ പറഞ്ഞു.

പാട്ട നിലത്തുവെച്ച്, കുട്ടി സൈക്കിളിലേക്ക് കയറി. പിന്നെ കാള ത്തിലൂടെ പുതിയ കളിയുടെ സവിശേഷതയെ കുറിച്ച് വിളിച്ചുപറഞ്ഞു. ആളുകൾ വീണ്ടും ഒറ്റയായും കൂട്ടമായും വന്നുതുടങ്ങി. ചിലർ കുട്ടിയുടെ കീറിയ കീശയിലേക്ക് ചില്ലറ തുട്ടുകൾ വലിച്ചെറിഞ്ഞു.

പാട്ടയിൽ കയർ വലിഞ്ഞ് സംഗീതമുണ്ടായി. ജനം പുതിയ കളി കാണാൻ ഹൃദയമിടിപ്പുകളെ നിയന്ത്രണത്തിലാക്കി കാത്തുനിന്നു. ഒന്ത ത്തിലേക്ക് കുട്ടി സൈക്കിൾ ചവിട്ടിക്കൊണ്ടുപോയി. പിന്നെ ഓടിക്കൊ ണ്ടിരിക്കുന്ന സൈക്കിളിലേക്ക് ഒരു വല്ലാത്ത ശബ്ദമുണ്ടാക്കി ചാടി ക്കയറി. നേർത്ത ടയറുകൾക്ക് ശത്രുക്കളെ കണ്ട പാമ്പുടൽ പോലെ പുതുജീവൻ കൈവന്നു. അത് ജനത്തിനിടയിലൂടെ മുന്നോട്ട് വളഞ്ഞും ചരിഞ്ഞും കുതിച്ചു. കുട്ടി സൈക്കിളിൽ കൈകുത്തി എഴുന്നേറ്റു. ഒരു കാലിൽ നൃത്തം ചെയ്തു. പിന്നെ മുകളിലേക്ക് സർവശക്തിയുമെടുത്ത് ചാടി. അടുത്ത നിമിഷത്തെ നേരിടാനുള്ള മനക്കരുത്തില്ലാതെ ജനം കണ്ണുകൾ ഇറുകെ പൂട്ടി. പൂട്ടിയ ഇമകൾക്കകത്ത് കുട്ടി രക്തത്തിൽ കുതിർന്ന് കിടക്കുന്നത് എല്ലാവരും കണ്ടു.

കഥയ്ക്കിടയിലെ ജീവിതം

ഇതൊരു കൺകെട്ടിക്കളിയാണെന്ന് നിങ്ങൾക്കറിയാം. ഒരു കഥ യിൽ നിന്ന് മറ്റൊരു കഥയിലേക്കുള്ള ദൂരം വളരെ കുറഞ്ഞുപോകുന്നു വെന്ന പരാതികൾ ഞങ്ങൾക്ക് നിരന്തരമായി കിട്ടിക്കൊണ്ടുമിരിക്കുന്നു. ജീവിതം പക്ഷേ, ഇങ്ങനെയൊക്കെയാണ് അല്ലെങ്കിൽത്തന്നെ ജീവിത ത്തിന് ആർക്കാണ് ശരിയായ ഒരു നിർവചനം നൽകാനായിട്ടുള്ളത്?

നിഷ്കളങ്കതയും പതിവ്രതയുമായ ഹേമയുടെ കഥതന്നെ നോക്കൂ. എങ്ങനെയാണ് അവൾ ക്രൂരമായി വഞ്ചിക്കപ്പെട്ടതെന്നോർത്ത് നിങ്ങൾ ചിലപ്പോൾ അതിശയപ്പെട്ടേക്കാം.

വളരെ വലിയ ഒരു തറവാട്ടിലാണ് ഹേമ ജനിച്ചുവളർന്നത്. അച്ഛനും അമ്മയും ഒരു ഫ്ളൈറ്റ് ക്രാഷിൽ മരിച്ചുപോയി. പിന്നീട് അവളെ വളർ ത്തിയതും പഠിപ്പിച്ചതും അവളുടെ അമ്മാമനും തറവാട്ടുകാരണവരുമായ ഗോവിന്ദപ്പിള്ളയാണ്. കടുത്ത ഏകാന്തതയിലായിരുന്നു ഹേമയുടെ കുട്ടി ക്കാലം. അനാഥമായ കുട്ടിക്കാലം എല്ലാവരേയുമെന്നപോലെ ഹേമ യെയും അന്തർമുഖിയും മിതഭാഷിയുമാക്കിത്തീർത്തു. എന്നാൽ കോളേ ജിലെത്തിയപ്പോൾ, ഹോസ്റ്റൽജീവിതത്തിലെ സ്വാതന്ത്ര്യം അനുഭവിച്ചു തുടങ്ങിയപ്പോൾ ഹേമ ജീവിതത്തെ സ്നേഹിക്കുകയും നിറങ്ങളെ ഇഷ്ട പ്പെടുകയുമാണ് ചെയ്തത്. കവിയും ചിന്തകനുമായ അലക്സ് (കഥാ നായകൻ വ്യത്യസ്ത മതസ്ഥനായത് ഇവിടെ തികച്ചും യാദൃച്ഛികമാണ്) ഹേമയെ ഇഷ്ടപ്പെടാൻ പല കാരണങ്ങളുണ്ടായിരുന്നു. പൊതുവിൽ ബുദ്ധിജീവികൾ മിതഭാഷികളെയും അന്തർമുഖികളെയുമാണല്ലോ കൂടുതൽ ഇഷ്ടപ്പെടുക. എന്നാൽ അലക്സിനെ ഹേമ ഇഷ്ടപ്പെടാൻ ഒരേയൊരു കാരണമാണുണ്ടായിരുന്നത്. അത് അവൾക്ക് കവിതകളേ ടുള്ള ഇഷ്ടമായിരുന്നു. അലക്സാകട്ടെ കാമ്പസിൽ അറിയപ്പെടുന്ന ഒരു കവിയായിരുന്നു. എന്തിനേറെ പറയുന്നു, അവർ കോഴ്സു കഴിയുന്നതിന്

മുമ്പേ വിവാഹിതരാവുകയും വീട്ടുകാരുടെ മുഴുവൻ എതിർപ്പോടെ ഒരു വാടകവീട്ടിൽ താമസമാരംഭിക്കുകയും ചെയ്തു.

വാടകവീടായിരുന്നു അലക്സിന്റെയും ഹേമയുടെയും ഉറക്കംകെടു ത്തിയിരുന്നത്. ഒരു സായാഹ്നപത്രത്തിൽ പ്രൂഫ് റീഡറുടെ ജോലി അലക്സ് ഇതിനകം തരപ്പെടുത്തിയിരുന്നു. അയാളുടെ തുച്ഛമായ ശമ്പളം വലിയ ഒരു വീട് വാടകക്കെടുക്കാൻ അയാളെ അനുവദിക്കുമായിരുന്നില്ല. ആദ്യത്തെ വാടകവീട് അവർ മാറിയത് അവിടെ ആവശ്യമായ വെള്ളമി ല്ലെന്ന ഹേമയുടെ ന്യായമായ പരാതികൊണ്ടായിരുന്നു. എന്നാൽ രണ്ടാ മത്തെ വാടകവീട് ഒഴിഞ്ഞതെന്തിനായിരുന്നുവെന്ന് അലക്സ് അൽപ്പം കണ്ണുരുട്ടിത്തന്നെ ഹേമയോട് ചോദിക്കും. ചെറുതായിരുന്നെങ്കിലും എല്ലാ സുഖസൗകര്യങ്ങളുമുള്ള ഒരു വീടായിരുന്നില്ലേ അത്. പക്ഷേ, ഹേമ ആ വീട്ടിൽ താമസിക്കില്ലെന്ന് വാശിപിടിച്ചു. ഞാൻ ഹേമയെ പിന്തുണ യ്ക്കുന്നുവെന്ന് നിങ്ങൾ ധരിക്കരുത്. അതിന് അവൾക്ക് മതിയായ കാരണങ്ങളുണ്ട്. എല്ലാ കാരണങ്ങളും ഭർത്താവിനു ഭാര്യയോടും ഭാര്യക്ക് ഭർത്താവിനോടും തുറന്നുപറയാൻ ഒക്കുകയില്ലല്ലോ. അതു കൊണ്ട് അവൾ അലക്സിൽനിന്നും അതു മറച്ചുവെച്ചെന്നു മാത്രം. തൊട്ടടുത്ത് താമസിക്കുന്ന തമിഴന്റെ കുർത്തനോട്ടമായിരുന്നു ഹേമ യുടെ പ്രശ്നം. എണ്ണക്കറുപ്പിന്റെ ഉരുക്കുമുഷ്ടി ചലിപ്പിച്ച് പുറത്തെ കിണ റ്റിനരികിൽ അയാൾ ഒരു കാട്ടുപോത്തിന്റെ ആസക്തിയോടെ ഹേമയെ നോക്കിനിൽക്കും. മുൻവാതിൽ അടച്ച് അടുക്കളവശത്തേക്ക് ചെന്നാലാ വട്ടെ അയാൾ മുക്രയിട്ടുകൊണ്ട് വീടിന് ചുറ്റും ഓടാൻ തുടങ്ങും. ചുവന്നു തുടുത്ത ആ കണ്ണുകളെ ഹേമ ഭയന്നു. രാത്രികളിൽ, പേടിസ്വപ്നമായി ഇരുട്ടിലൂടെ ചോരയൊലിപ്പിച്ചുകൊണ്ടുവരുന്ന അയാളുടെ കണ്ണുകൾ അവളുടെ ഉറക്കത്തെപ്പോലും ഭീതിയിലാഴ്ത്തിയിരുന്നു.

വീടുമാറുന്നതിനെക്കുറിച്ച് ഹേമ സൂചിപ്പിക്കുമ്പോഴൊക്കെ അല ക്സ് എതിർക്കും. പുതിയ വീട് അന്വേഷിച്ചാൽ തന്നെയും കിട്ടാനില്ല എന്ന പ്രായോഗികതയിൽ അയാൾ വിഷയം അവസാനിപ്പിക്കുകയാണ് പതിവ്. താൻകൂടി സഹായിച്ചാൽ കുറച്ചുകൂടി ഉയർന്ന വീട്ടിലേക്ക് മാറാ മോയെന്നായി ഹേമ. അങ്ങനെയാണ് സ്വകാര്യചാനലിൽ ഒരു പ്രോഗ്രാം അവതാരകയായി അവൾ ജോലി ചെയ്യാൻ തുടങ്ങുന്നതും പുതിയ വീട്ടിലേക്ക് താമസം മാറുന്നതും.

നഗരത്തിൽ നിന്ന് അത്ര അകലെയല്ലാതെ നിലകൊള്ളുന്ന പുതിയ ഇരുനില വീട് തന്റെ സ്വപ്നക്കൂടാരം പോലെയാണ് ഹേമയ്ക്ക് തോന്നി യത്. ചുറ്റുമുള്ള താമസക്കാർ ഉദ്യോഗസ്ഥരായിരുന്നതിനാൽ എപ്പോഴും ഒരു ശാന്തത അവിടെ തിങ്ങിനിറഞ്ഞിരുന്നു. സിറ്റൗട്ടിൽ ഇരുന്നാൽ അക ലെയുള്ള കടലിനെയും അവിടെയെത്തുന്ന അസംഖ്യം സ്നേഹാന്വേ ഷകരെയും കാണാനുള്ള സൗകര്യവുമുണ്ടായിരുന്നു.

ഉറക്കത്തെ കടുപ്പം നിറഞ്ഞ ഒരു ചായയിൽ അലിയിച്ചുകളഞ്ഞ് പത്ര വായന പൂർത്തിയാക്കാൻപോലും നിൽക്കാതെ അലക്സ് എന്നും

രാവിലെ പത്രമാപ്പീസിലേക്ക് പോകുകയാണ് പതിവ്. ഷൂട്ടിങ്ങിനുള്ള ദിവസമാണെങ്കിൽ ഹേമയും അലക്സിന്റെ കൂടെ കൂടും. അല്ലാത്ത ദിവസങ്ങളിൽ ജോലികൾ ഏറെ ചെയ്തുതീർക്കാനുണ്ടെങ്കിലും അവൾ മടിപിടിച്ചു കിടക്കും. അത്തരം നിമിഷങ്ങളിലാണ് അവൾ മരിച്ചുപോയ അമ്മയെയും അച്ഛനെയും ഓർക്കുന്നതും തന്റെ അരക്ഷിതത്വം നിറഞ്ഞ ജീവിതത്തെക്കുറിച്ച് ചിന്തിക്കുന്നതും.

പുതിയ ഒരു പ്രോഗ്രാമിന്റെ ചർച്ചയ്ക്കായി തിരക്കിട്ട് വിളിച്ചുകൂട്ടിയ ഒരു മീറ്റിങ്ങിൽ പങ്കെടുക്കാൻ ഒരുങ്ങുമ്പോൾ അലക്സ് പതിവില്ലാതെ പൂമുഖത്ത് പത്രത്തിൽ മുഖം പൂഴ്ത്തിയിരിക്കുന്നത് ഹേമ കണ്ടു. കണ്ണുകളിൽ ഒരു ചോദ്യവുമായി ഹേമ ചെന്നപ്പോഴേക്കും പടിക്കൽ ചാനലുകാരുടെ വണ്ടി അക്ഷമയോടെ ഹോൺ മുഴക്കിത്തുടങ്ങിയിരുന്നു. രാത്രി മീറ്റിങ്ങ് കഴിഞ്ഞുവന്നപ്പോഴും അലക്സ് വീട്ടിൽത്തന്നെയുണ്ടാ യിരുന്നു.

'ഇന്നെന്താ ഓഫീസിൽ പോയില്ലേ' എന്ന ചോദ്യത്തിന് അലക്സ് ചിരിക്കുക മാത്രം ചെയ്തു. പത്രമോഫീസിലെ ജോലി അലക്സ് ഒഴി വാക്കിയെന്നും ഇനി മറ്റൊരു ജോലിക്കുള്ള അന്വേഷണമാണെന്നും ആ ചിരിക്ക് അർഥമുണ്ട്. ഹേമ വസ്ത്രം മാറുന്നതിനിടയിൽ അകത്തേക്ക് വന്നുകൊണ്ട് അലക്സ് പറഞ്ഞു.

"ഇന്ന് നിന്റെ ഒരു കൂട്ടുകാരി ഇവിടെ വന്നിരുന്നു. നീ വരുന്നതു കാത്ത് അവൾ കുറെ നേരമിരുന്നു. കൂട്ടുകാരി നല്ലൊരു വായനക്കാരി യാണ്."

എത്ര ആലോചിച്ചിട്ടും വായനക്കാരിയായ കൂട്ടുകാരിയുടെ മുഖം പെട്ടെന്ന് ഹേമയുടെ ഓർമയിലേക്ക് വന്നില്ല. കോളേജ് കാലത്ത് ഹേമ യ്ക്ക് അധികം കൂട്ടുകാരികളുണ്ടായിരുന്നില്ല. രാത്രി കിടക്കുമ്പോൾ അടുത്തു തന്നെ തുടങ്ങാനിരുന്ന ഒരു മാസികയിൽ അസിസ്റ്റന്റ് എഡി റ്ററുടെ ജോലി ലഭിക്കാനുള്ള സാധ്യതയുണ്ടെന്ന് അലക്സ് ഹേമയെ സമാധാനിപ്പിച്ചു. ജോലി നഷ്ടപ്പെട്ട ഒരാളോട് അൽപ്പം സഹതാപ ത്തോടെ പെരുമാറേണ്ടതായിരുന്നുവെന്ന കുറ്റബോധം അന്നേരം ഹേമ ക്കുണ്ടായി.

ഷൂട്ടിങ് പതിവിലേറെ താമസിച്ച ഒരു ദിവസം തളർച്ചയോടെ വീട്ടി ലെത്തിയ ഉടനെ, കൂട്ടുകാരി വീണ്ടും വന്നിരുന്നുവെന്നും കോളേജ് കാലത്തെ രസകരമായ അനുഭവങ്ങൾ പരസ്പരം പങ്കുവെച്ചിരിക്കുക യായിരുന്നു ഇത്തിരി മുമ്പുവരെയെന്നും അലക്സ് പറഞ്ഞു. കൂട്ടു കാരിയുടെ പേരെന്താണെന്ന ചോദ്യത്തിന് സുധയെന്നാണ് അലക്സ് മറുപടി പറഞ്ഞത്. സുധ എന്ന പേരുള്ള ഒരു കൂട്ടുകാരിയെക്കുറിച്ച് ചിന്തിച്ചാണ് അന്ന് ഹേമ ഉറങ്ങാൻ കിടന്നത്. ഉറക്കം വരാതെ എഴുന്നേറ്റ് സ്റ്റോർമുറിയിൽ സൂക്ഷിച്ച് വെച്ചിരുന്ന പഴയ പുസ്തകങ്ങളും ഓട്ടോ ഗ്രാഫുകളും പരതിയെടുത്തെങ്കിലും അവയിലൊന്നും സുധയെന്ന് പേരുള്ള ഒരു കൂട്ടുകാരിയെ കണ്ടെത്താൻ അവൾക്കായില്ല. അതോടെ

കൂട്ടുകാരിയുടെ സന്ദർശനങ്ങളിലെ ദുരൂഹത ഹേമയെ വേട്ടയാടാൻ തുടങ്ങി.

സംശയം ഇരുവർക്കുമിടയിൽ ഒരുപാമ്പുറതീർക്കുന്നതിന് മുമ്പേ അലക്സിനോട് തുറന്നുതന്നെ സംസാരിക്കാനാണ് ഹേമ തീരുമാനിച്ചത്. എന്നാൽ ഹേമ പ്രതീക്ഷിച്ചതുപോലെ അലക്സ് അത് സീരിയസ്സായല്ല എടുത്തത്. സ്വയം കഥകളുണ്ടാക്കി അവതരിപ്പിക്കുന്ന ഒരു ടിവി അവ താരകയുടെ ജോലി ലഭിച്ചതിനുശേഷം എല്ലാറ്റിലും ഒരു കഥ അന്വേ ഷിക്കുന്ന വൃത്തികെട്ട സ്വഭാവം ഹേമയ്ക്കുണ്ടെന്നയാൾ കുറ്റപ്പെടുത്തി. എന്നാൽ അയാളുടെ മുഖം അകാരണമായി വലിഞ്ഞുമുറുകുകയും ശ്വാസോച്ഛ്വാസം ക്രമാതീതമായി ഉയരുകയും ചെയ്തത് ഹേമയുടെ സംശയത്തെ ബലപ്പെടുത്തുകയാണുണ്ടായത്.

രാത്രി മുഴുവൻ ഹേമയ്ക്കുറങ്ങാൻ സാധിച്ചില്ല. അരികിലുറങ്ങുന്ന അലക്സ് കാതങ്ങൾക്കകലെയാണ് കിടക്കുന്നതെന്നുപോലും അവൾക്ക് തോന്നി. ഇനി അലക്സ് പറയുന്നത് മുഴുവൻ സത്യമാകുമോ...? കഥ പറഞ്ഞും മറ്റുള്ളവരുടെ കഥകൾ കേട്ടും ഒരു സാങ്കൽപ്പിക ലോകത്താ കുമോ താൻ ജീവിക്കുന്നത്. എന്തിലും ഒരു കഥയുണ്ടെന്ന കണ്ടെത്തലാ യിരുന്നു ഹേമ അവതരിപ്പിച്ചുകൊണ്ടിരുന്ന ചാനൽ പരിപാടിയുടെ മുഖ്യ ആകർഷണം. അതിന്റെ പ്രേക്ഷകർ നിരന്തരമായി അവളെ വിളിക്കു കയും അഭിനന്ദിക്കുകയും ചിലപ്പോൾ ചില കഥാപാത്രങ്ങളുടെ നന്മ യ്ക്കായി തങ്ങൾ പ്രാർഥിക്കാറുണ്ടെന്ന് സമാശ്വസിപ്പിക്കുകയും ചെയ്യു മ്പോൾ താൻ അവതരിപ്പിക്കുന്ന കഥകളിലെ കഥാപാത്രങ്ങൾ സത്യ മായിട്ടും ജീവിച്ചിരിപ്പുണ്ടെന്ന് അവൾക്ക് തോന്നുമായിരുന്നു. വളരെ ചുരുങ്ങിയ കാലയളവിൽ ഇടത്തരം കുടുംബങ്ങളുടെ സ്വീകരണമുറി യിലെ ഒരു പ്രിയപ്പെട്ട അതിഥിയായി ഇതിനോടകം അവൾ മാറിക്കഴി ഞ്ഞിരുന്നു.

അന്ന് അപ്രതീക്ഷിതമായി മഴ പെയ്ത ദിവസമായിരുന്നു. പരിപാടി ഷൂട്ട് ചെയ്യേണ്ട ഛായാഗ്രാഹകന് മറ്റൊരു പ്രധാനപരിപാടിക്ക് പോകേ ണ്ടി വന്നതിനാൽ ഷൂട്ടിങ് ഇടയ്ക്ക് നിർത്തിവെക്കേണ്ടിവന്നു. ഒരു ഓട്ടോ യിൽ വീടിന് മുമ്പിൽ വന്നിറങ്ങുമ്പോൾ വസ്ത്രങ്ങൾ ആകെ മഴയിൽ കുതിർന്നിരുന്നു. ഓട്ടോറിക്ഷക്കാരന്റെ നോട്ടത്തിലെ അശ്ലീലതയെ ചില്ലറ തുട്ടുകളിൽ ലയിപ്പിച്ചുകളഞ്ഞ് ഹേമ തിടുക്കത്തിൽ വീട്ടിലേക്ക് കയറി. വീട് ഇരുട്ടിൽ അമർന്നുകിടക്കുകയായിരുന്നു. അലക്സിന്റെ ഏതോ ഒരു കൂട്ടുകാരൻ എത്തിയിട്ടുണ്ടാവുമെന്നും അയാൾ അലക്സിനെ ബാറി ലേക്ക് ക്ഷണിച്ചിട്ടുണ്ടാകുമെന്നും ഹേമ ഊഹിച്ചു. ഈയിടെയായി അല ക്സിന്റെ മദ്യപാനം ഇത്തിരി കൂടുന്നുണ്ട്. ജോലിയില്ലാത്ത എല്ലാ എഴു ത്തുകാരെയും പോലെ. ഇപ്പോൾ നേരമിരുട്ടി. വേക്കുന്ന കാൽവെപ്പു കളോടെയാവും അലക്സ് കയറിവരുന്നത്. ചിലപ്പോൾ കെട്ടുപോയ ഒരു സിഗരറ്റ് കുറ്റിയോ അല്ലെങ്കിൽ രണ്ടുവരി കവിതയോ ചുണ്ടിൽ തങ്ങിനിൽ പ്പുണ്ടാവും. പിന്നെ നേരെ കിടപ്പുമുറിയിലെ കട്ടിലിലേക്ക് ഒരു

വീഴ്ചയാണ്. അന്നേരമാണ് എന്തുകൊണ്ടാണ് പ്രണയവിവാഹങ്ങൾ ഇങ്ങനെ പരാജയത്തിൽ ഒടുങ്ങുന്നതെന്ന് ഹേമ വ്യാകുലപ്പെടാൻ തുടങ്ങുന്നത്.

ഇടനാഴിയിലെ ലൈറ്റ് തെളിയിച്ചപ്പോൾ അടക്കിപ്പിടിച്ച സംസാരം പൊടുന്നനെ മുറിഞ്ഞ ശൂന്യത ഭീതിപ്പെടുത്തുംവിധം മുറിയിലേക്ക് വാർ ന്നുവീണു. നേരിയ ഒരു ഭയം ഹേമയെ ഗ്രസിക്കാൻ തുടങ്ങി. പിന്നെ സാവധാനമാണ് അവൾ കിടപ്പുമുറിയിലേക്ക് നടന്നത്. ആരോ ഒരാൾ വേഗത്തിൽ എഴുന്നേറ്റ് ഓടുന്നതിന്റെയും എന്നാൽ അപ്രത്യക്ഷമാകു ന്നതിന് മുമ്പ് സാരി എവിടെയോ കൊളുത്തിവലിക്കുന്നതിന്റെയും സീൽ ക്കാരം ഹേമ വ്യക്തമായും കേട്ടു.

പെട്ടെന്ന് വാർന്നുവീണ വെളിച്ചത്തിൽ നഗ്നമായ കിടപ്പുമുറിയിൽ അലക്സ് പകച്ചുനിൽക്കുകയായിരുന്നു. അയാൾ എന്തോ തിടുക്കത്തിൽ കട്ടിലിനടിയിലേക്ക് തട്ടിയിടുന്നതും എന്നാൽ അലക്ഷ്യമായ പ്രവൃത്തി യിൽ കട്ടിലിനടിയിൽ സ്യൂട്ട്കേസിൽ തട്ടി ചുവന്ന ചെരിപ്പ് നിശ്ചലമാ കുന്നതും ഹേമ കണ്ടു. (സിന്ധ്രലയുടെ ഒറ്റപാദുകമാണ് അവൾക്ക നേരം ഓർമവന്നത്.)

അവൾ മുഖമുയർത്തി അലക്സിനെ നോക്കി. വെളിച്ചത്തിൽ അയാ ളുടെ വിളറിയ കണ്ണുകൾ അങ്ങുമിങ്ങും തൊടാതെ ഇടറിനീങ്ങുകയാണ്. നഖം കടിച്ചുള്ള അലക്സിന്റെ നിൽപ്പ് അയാളിലെ സ്ത്രീലമ്പടനെ ഒറ്റുകൊടുക്കുന്നുണ്ടായിരുന്നു. തെല്ലിട കഴിഞ്ഞ് അലക്സ് ചിരിക്കാൻ ശ്രമിക്കുകയും ഹേമയുടെ അടുത്തേക്ക് വന്ന് ബാഗ് ചുമലിൽ നിന്ന് എടുത്തു മാറ്റുകയും ചെയ്തു.

ഇന്നും വന്നോ എന്റെ കുട്ടുകാരി എന്ന ഹേമയുടെ ചോദ്യത്തിന് അലക്സ് പൊട്ടിച്ചിരിക്കുകയാണ് ചെയ്തത്.

"ഷൂട്ടിങ് കഴിഞ്ഞ് ക്ഷീണിച്ചുള്ള വരവാണല്ലേ. ഇനി നാളെ പറയാൻ ഒരു കഥയ്ക്ക് വേണ്ടിയുള്ള അന്വേഷണമാവും അടുത്ത പരിപാടി അല്ലേ.."

അലക്സ് ഹേമയുടെ ചുമലിൽ കൈവെച്ച് വാത്സല്യം നടിച്ചുകൊ ണ്ടു ചോദിച്ചു.

ഇത്തരം സാഹചര്യങ്ങളെ നേരിടാൻ പുരുഷന്മാർക്ക് ചില അതുല്യ കഴിവുണ്ടെന്ന് ഹേമ കേട്ടിട്ടുണ്ട്. എന്തുകൊണ്ടാണ് നിഷ്കളങ്കമായ ഒരു നോട്ടത്തിൽ, ഒരു സ്പർശത്തിൽ, ഒരു ചിരിയിൽ, സ്ത്രീകൾ എല്ലാം മറന്നുപോകുന്നത്? പാപത്തിന്റെ വിഷദംശനമേറ്റ അലക്സിന്റെ ചുണ്ടു കൾ പിൻകഴുത്തിൽ അമരാൻ തുടങ്ങിയപ്പോൾ അടക്കിപ്പിടിച്ച ഒരു തേങ്ങലോടെ അവൾ പുറത്തേക്ക് ഓടി.

രാത്രി, വിശ്വസിച്ച് കൂടെയിറങ്ങിവന്ന ഒരു പെൺകുട്ടിയെ വഞ്ചി ക്കുന്ന ഒരാളുടെ കഥയാണ് അടുത്ത പരിപാടിയിൽ പറയാൻ പോകു ന്നതെന്ന് ഹേമ അറിയിച്ചതും അലക്സ് പൊട്ടിത്തെറിച്ചു.

ഒട്ടെറെ വാഗ്വാദങ്ങളും ശകാരങ്ങളും കഴിഞ്ഞ് പുറത്തേക്ക് പോകു

കയും പിന്നെ രാത്രിയിലെപ്പോഴോ മടങ്ങിയെത്തുകയും ചെയ്ത അല ക്സ് നേരെ കിടപ്പുമുറിയിലേക്കാണ് കയറിവന്നത്. ഉറക്കം വരാതെ ജന ലഴികൾ പിടിച്ചുനിൽക്കുകയായിരുന്ന ഹേമയോട് അയാൾ പറഞ്ഞു.

"ഒന്നുകിൽ നീ ചാനലിലെ ജോലി ഉപേക്ഷിച്ച് സദാ എനിക്ക് കൂട്ടിരിക്കുക. അല്ലെങ്കിൽ നാളെ ഒരു സൈക്യാട്രിസ്റ്റിനെ കാണാനായി ഒരുങ്ങിക്കോളൂ. ആരുമില്ലാത്ത തന്നെ ഉപേക്ഷിക്കാൻ എനിക്ക് മനസ്സ് വരുന്നില്ല."

ജീവിതത്തിന്റെ നിർണായകമായ ഒരു സന്ധിയിലെത്തിനിൽക്കുക യാണ് ഇപ്പോൾ ഹേമ. അലക്സ് പറയുന്നതൊന്നും സത്യമല്ല എന്നും കൂട്ടുകാരി എന്ന് പരിചയപ്പെടുത്തുന്ന സ്ത്രീയുമായി അയാൾക്ക് അവി ഹിതബന്ധമുണ്ടെന്നും അവൾ വിശ്വസിക്കുന്നു.

ഹേമയ്ക്ക് മുന്നിൽ ഇപ്പോൾ രണ്ട് വഴികളേ അവശേഷിക്കുന്നുള്ളൂ. ഒന്ന്, എല്ലാം ഒരു കെട്ടുകഥയാണെന്ന് വിശ്വസിച്ച് അലക്സിനെ വീണ്ടും സ്നേഹിച്ചുതുടങ്ങുക. രണ്ടാമത്തേത് അനാഥരായ പെൺകുട്ടികൾക്ക് എപ്പോഴും തിരഞ്ഞെടുക്കാനുള്ള വഴികളിലൊന്നായ ആത്മഹത്യ തന്നെ. ഹേമയുടെ ദുരന്തകഥ കേട്ട് നിങ്ങളുടെ മിഴികൾ നനഞ്ഞിട്ടുണ്ടല്ലോ..?

ഇത്രയും പറഞ്ഞ് അവസാനിപ്പിക്കുന്ന രീതി നിങ്ങളെ ഉദ്വേഗത്തിന്റെ മുൾമുനകളിൽ നിറുത്തുന്ന മൂന്നാംകിട സാഹിത്യതന്ത്രമാണെന്ന് നിങ്ങൾ ധരിക്കരുത്. നിങ്ങളുടെ മുന്നിൽ നിന്ന് കഥ പറയുന്ന എന്നെ നിങ്ങൾ പാടെ വിസ്മരിച്ചിട്ടുണ്ടാവുമെന്നും ഓരോരുത്തരും അവരുടെ മനസുകളിൽ മറ്റൊരു കഥ മെനഞ്ഞെടുത്തിട്ടുണ്ടാകുമെന്നും ആ കഥ യുടെ ക്ലൈമാക്സാണ് നിങ്ങൾ എനിക്കുടനെ അയച്ചുതരേണ്ടതെന്നും ഇനി ഞാൻ പ്രത്യേകം പറയേണ്ടതില്ലല്ലോ. നിങ്ങളുടെ സ്വീകരണമുറി കളിൽ നിറഞ്ഞുനിൽക്കുന്ന ഒരു കൂട്ടുകാരിയുടെ ജീവിതം രക്ഷിക്കാൻ നിങ്ങളും ബാധ്യസ്ഥരാണ്. കഥകളുടെ ക്ലൈമാക്സുകൾ ഞങ്ങൾക്ക് എസ് എം എസ് ചെയ്യേണ്ടവിധം ഒരിക്കൽക്കൂടി പറയാം. Name Space Answer. വേഗമാകട്ടെ. ഒരു രാത്രിമാത്രം. മുന്നിൽ അവശേഷിക്കുന്ന ഹേമയെ ജീവിതത്തിലേക്ക് തിരികെ കൊണ്ടുവരാൻ ഉതകുന്ന സന്ദേശ ങ്ങളിലൂടെ ആകർഷകമായ സമ്മാനങ്ങൾ നേടുക.

വാർത്താവിഭവം

പത്രത്താളുകളിൽ നിരതെറ്റാതെ അടുക്കിവെച്ചിരിക്കുന്ന കഥക ളിലൊക്കെ ചോരയുടെ മണവും മരണത്തിന്റെ മുദ്രകളുമുണ്ട്. അസാ ധരണമൊന്നുമല്ലാത്ത ജീവിതക്കുറിപ്പുകളായിരുന്നിട്ടും ചില വാർത്തകൾ നമ്മെ ഞെരിച്ചുകളയുന്നു. പെട്ടെന്നൊരു നാൾ എല്ലാവരുടെയും ശ്രദ്ധാപാത്രമാവുന്നതിലെ അന്ധാളിപ്പും ഒരുതരം ദൈന്യതയും പത്ര ത്തിലെ അല്പം നിറം മങ്ങിയ അയാളുടെ മുഖത്തുണ്ടായിരുന്നു. എന്നാൽ അപമാനത്തിന്റെ പരിഹാസ്യതയിലും കണ്ണുകളിലെ തിളക്കം പഴയതുപോലെ പെട്ടെന്ന് മരണത്തിന് കീഴടങ്ങേണ്ടിവന്ന ഒരു മത്സ്യ ത്തിന്റേതുപോലെ തോന്നിച്ചു.

കഴിഞ്ഞദിവസം കാണുമ്പോൾ പഴുത്ത ഇരുമ്പുപോലെ ഭൂമിയെ ചുടുപിടിച്ച മെയ്മാസത്തിലെ ഒരു ഉച്ചയിലെന്നപോലെ അയാളുടെ മുഖം വെയിലിന് നേരെ വിളറിയാണ് നിന്നിരുന്നത്. പിരിവുകാരുടെ ഞായറാ ഴ്ചകളെ കുറിച്ചോർത്ത് മാസാവസാനത്തെ കീശയിൽ അവശേഷിക്കാൻ ഇടയില്ലാത്ത ചില്ലറ നോട്ടുകൾ തേടി അകത്തേക്ക് നടക്കാനൊരുങ്ങിയ പ്പോഴാണ് അയാൾ പോക്കറ്റിൽനിന്നും ഒരു കത്തെടുത്ത് നീട്ടിയതും പിന്നിൽ മറഞ്ഞുനിന്നിരുന്ന പെൺകുട്ടിയെ കുറെക്കൂടി മുന്നിലേക്ക് ഉന്തിനീക്കിയതും. പതിനാലോ പതിനഞ്ചോ വയസു പ്രായമുള്ള ഒരു പെൺകുട്ടി. എന്നാൽ ശരീരവളർച്ചയിൽ അതിനേക്കാളെത്രയോ തോന്നി ക്കുന്ന പ്രകൃതമായിരുന്നു അവളുടേത്. പഴയതെങ്കിലും വൃത്തിയുള്ള വസ്ത്രങ്ങളും നിറം മങ്ങിയ ആഭരണങ്ങളും അവൾ അണിഞ്ഞിരുന്നു.

ഞാൻ കത്തുവാങ്ങി പൊട്ടിച്ചുവായിക്കാൻ തുടങ്ങി. വലതുവശ ത്തേക്ക് അല്പം ചെരിച്ചെഴുതിയ ഇടതുകൈ വികൃതികൾക്കൊപ്പം ഒന്നിച്ചുപഠിച്ചിരുന്ന സതീശന്റെ മുഖം പെട്ടെന്ന് എന്റെ ഓർമയിലേക്ക് വാർന്നുവീണു.

നഗരത്തിലാദ്യമായി വരുന്ന അവർക്ക് ഒരു ദിവസത്തെ താമസസൗ കര്യമൊരുക്കുന്നതിനുള്ള ഒരപേക്ഷമാത്രമായിരുന്നു അത്. കോളേജ് ജീവിതം കഴിഞ്ഞതിൽ പിന്നെ സതീശനെ കാണുകയോ അവനെക്കുറിച്ച് എന്തെങ്കിലും കേൾക്കുകയോ ചെയ്തിരുന്നില്ല. മറ്റൊരാളുടെ പ്രണ യത്തെ ചൊല്ലിയുണ്ടായ വഴക്കിനെ തുടർന്ന് കൂട്ടുകാരുടെ നിർബന്ധ ത്തിന് വഴങ്ങി നാല് പെഗ്ഗ് വിസ്കിയുടെ പുറത്ത് പരസ്പരം കൈ കൊടുത്ത് പിരിഞ്ഞ ദിവസമാണ് ഞാനവനെ അവസാനമായി കണ്ടതു തന്നെ. അവൻ എന്റെ വിലാസം കണ്ടുപിടിച്ചതിലായിരുന്നു എന്റെ അത്ഭു തമത്രയും.

സെലീനയെ അവളുടെ വീട്ടിലാക്കി തിരിച്ചെത്തിയതേ ഉണ്ടായിരു ന്നുള്ളൂ ഞാൻ. ഇത്തവണയും പതിവുപോലെ രാത്രി കൂടെക്കഴിയാൻ അവൾ നിർബന്ധം പിടിച്ചു. ഗർഭാസ്വാസ്ഥ്യം തുടങ്ങിയതുമുതലേ അവ ളുടെ സ്വഭാവത്തിൽ സാരമായ മാറ്റങ്ങളുണ്ടായിട്ടുണ്ട്. നിസ്സാരകാര്യ ത്തിനുവേണ്ടി വാശി പിടിക്കുകയും മുഖം കറുപ്പിച്ചാൽ ദുശ്ശാഠ്യത്തോടെ കരയുകയും ഇപ്പോൾ അവളുടെ പതിവാണ്. ആദ്യത്തെ ഗർഭം അല സിപ്പോയതിന്റെ ഉത്കണ്ഠ വിഷം തീണ്ടിയതുപോലെ പൊതുവെ വിളർത്ത അവളുടെ മുഖത്ത് നീല നിറം തുവിനിൽക്കും. രാത്രികൾ അവൾക്ക് ലേബർ ക്യാമ്പുകളാണ്. മൂളിയും ഞെരങ്ങിയും ഉറക്കം വരാതെ നേരം വെളുക്കാൻ അവൾ പിറുപിറുപ്പുകളോടെ കാത്തു കിടക്കും.

"നഗരത്തിലാദ്യായിട്ട് വരാ. ഒരുസം തങ്ങേണ്ടിവരുംന്ന് അറിയാര് ന്നില്ല.... പരിചയമില്ലാത്തിടത്ത് ഒരു പെങ്കുട്ടിയുമൊത്ത്.." വൃദ്ധൻ തെല്ലു മടിയോടെ പറഞ്ഞു.

"ഇത് മകളാവും അല്ലേ.."

"അല്ല,, അടുത്ത വീട്ടിലെ കുട്ട്യാ... ഒരു ജോലീടെ കാര്യാവുമ്പോ അതുങ്ങക്ക് ആരുല്ല്യ ഒരു തൊണ..."

അന്നുരാത്രി മുഴുവൻ തനിച്ചിരിക്കാൻ എന്തുകൊണ്ടോ ഞാനാഗ്ര ഹിച്ചു. ഓഫീസിലെ തിരക്കുപിടിച്ച ജീവിതവും സെലീനയുടെ വേവ ലാതികളും എന്നെ തളർത്തിയിരുന്നു. മാത്രമല്ല, ദുഃസ്വപ്നങ്ങളിൽ ഇട ക്കിടെ ഞെട്ടിയുണരുന്ന സെലീനയെ ആശ്വസിപ്പിച്ചും സാന്ത്വനപ്പെ ടുത്തിയും എന്റെ കുറെനാളത്തെ ഉറക്കവും മുറിഞ്ഞുപോയിരുന്നു.

"നിങ്ങൾക്കാള് മാറിയതാവുംന്നാ തോന്നണെ... സുരേന്ദ്രൻ എന്നൊ രാള് അവിടെ താമസിച്ചിരുന്നു. മാറ്റം കിട്ടി എവിടേക്കോ പോയി. ഞാനി വിടെ അധികായിട്ടില്ല."

പൊടുന്നനെ വൃദ്ധന്റെ കണ്ണുകളിൽ കർക്കിടകം കറുത്തു. ദീനമായ നിലവിളി പുറത്തുചാടാനാവാതെ അടച്ചുപൂട്ടിയ വായക്കെത്ത് ചുറ്റിത്തി രിഞ്ഞു, പിന്നീട് ഒരു നെടുവീർപ്പ് മാത്രമായി ഭാഷാന്തരം ചെയ്യപ്പെട്ടു.

പറഞ്ഞുകഴിഞ്ഞപ്പോൾ വേണ്ടിയിരുന്നില്ലെന്ന് തോന്നി. ഈ പെൺ കുട്ടിയുമായി വൃദ്ധൻ എവിടേക്ക് പോകും? മാംസത്തിന്റെ മാദകഗന്ധത്തി

നായി വെറിപിടിച്ച് വേട്ടപ്പട്ടികളെപ്പോലെ ഇരുളിൽ മറഞ്ഞിരിക്കുന്ന തെരുവുഗുണ്ടകളെ ഈ ഇളംശരീരം എങ്ങനെ അതിജീവിക്കും?

ഒന്നും മിണ്ടാതെ വൃദ്ധനും പെൺകുട്ടിയും പടിയിറങ്ങുകയാണെന്ന് കണ്ടപ്പോൾ എനിക്ക് ഇത്തിരി സങ്കടമുണ്ടായി.

അയാൾ തിരിഞ്ഞുനോക്കിയിരുന്നുവെങ്കിൽ ഞാൻ തിരികെ വിളിക്കുമായിരുന്നു. ഗേറ്റിനരികിൽ കാറ്റിലുലയുന്ന വസ്ത്രം പോലെ മറയുന്നതിന് മുമ്പേ പെൺകുട്ടി ഒരിക്കൽക്കൂടി തിരിഞ്ഞുനോക്കി. ആ കണ്ണുകൾ അന്നേരം കലങ്ങിയിരുന്നുവോ...?

ദുരൂഹമായ സാഹചര്യത്തിൽ അപ്രത്യക്ഷയായ പെൺകുട്ടിയെ കുറിച്ചുള്ള കഥകളായിരുന്നു പത്രം നിറയെ. എന്നാൽ എന്നെ ഞെട്ടിച്ചത് അതൊന്നുമായിരുന്നില്ല. കൂടെയുണ്ടായിരുന്ന പെൺകുട്ടി തന്റെ മകളായി രുന്നുവെന്നും രാത്രി ആരുമറിയാതെ ഹോട്ടൽമുറിയിൽനിന്ന് അവൾ അപ്രത്യക്ഷയായിരിക്കുകയാണ് യഥാർഥത്തിൽ സംഭവിച്ചതെന്നുമാണ് അയാൾ പൊലീസിന് കൊടുത്തിരിക്കുന്ന മൊഴി.

ആ പെൺകുട്ടിക്ക് എന്താണ് സംഭവിച്ചിട്ടുണ്ടാവുക? രാത്രിയിൽ ആരും കാണാതെ എവിടേക്കായിരിക്കും അവൾ ഓടിപ്പോയിട്ടുണ്ടാവുക? നാലഞ്ച് ദിവസങ്ങൾ ഇത്തരം ചോദ്യങ്ങളിൽ കുരുങ്ങിയാണ് എന്റെ ദിവസങ്ങൾ ആരംഭിച്ചതും അവസാനിച്ചതും.

പിറ്റേന്ന് ഛർദിയിൽ ചുളുങ്ങിയ മുഖവുമായി സെലീന വന്നു. അവളുടെ ആവലാതികളിലും പരാതികളിലും കലങ്ങി മനസ്സ് നനഞ്ഞ ഒരു കടലാസുപോലെ കുതിരും. പത്രങ്ങളാവട്ടെ അയാളേയും പെൺ കുട്ടിയെയും കയ്യൊഴിഞ്ഞ് അതിനേക്കാൾ എരിവുള്ള വിഭവങ്ങൾ തേടി ത്തുടങ്ങിയിരുന്നു.

മാസത്തിലുള്ള ചെക്കപ്പ് കഴിഞ്ഞുവന്ന സെലീനയുടെ മുഖം പതിവുപോലെ വാർന്നുപോയിരുന്നു. ഒരു സ്ത്രീ ഗർഭിണിയാകുമ്പോ ഴാണ് അവൾ സ്ത്രീത്വത്തിലേക്ക് പൂർണമായും ഇറങ്ങിചെല്ലുന്നത്. എന്തോ ക്രൂരത കാണിച്ച അമർഷത്തോടെയാണ് അവൾ പിന്നെ എല്ലാ പുരുഷന്മാരേയും നോക്കുക. കയ്യിലെ വിറയ്ക്കുന്ന പ്രിസ്ക്രിപ്ഷനെയും സെലീനയെയും മാറിമാറി നോക്കി ഞാൻ പുരികം ഒരു ചോദ്യത്തിലേക്ക് വളച്ചു.

"സ്കാനിങ് വേണമന്ന് പറഞ്ഞു. അൽപ്പം താമസമുണ്ടാവും."

"കഴിഞ്ഞ മാസമല്ലേ സ്കാൻ ചെയ്തത്?"

"എല്ലാ മാസവും വേണ്ടിവരുന്നാ ഡോക്ടർ പറയുന്നേ."

സ്കാൻ ചെയ്യാനുള്ള സൗകര്യം അവിടെയില്ലാത്തതിനാൽ സെലീ നയെയും കൂട്ടി പുറത്തേക്കിറങ്ങുകയാണ് മുന്നിലുള്ള ഏകവഴി. പുറ ത്താകട്ടെ, എല്ലാ സർക്കാർ ആശുപത്രികൾക്കുചുറ്റും ഈച്ചയാർക്കു നതുപോലെ വഴിവാണിഭക്കാരുടെ ആർത്തിപിടിച്ച നോട്ടവുമായി പരി ശോധനാശാലകളാണ്. പൊടുന്നനെയാണ് ഒരു ചങ്ങലക്കൊളുത്തു പോലെ കൈത്തണ്ടയിൽ പിടുത്തം മുറുകിയത്, വിശ്വസിക്കാനായില്ല.

സ്ത്രൈണമായ മുഖത്തിൽ കാലത്തിന് വലിയ ജോലിയൊന്നുമില്ലെന്ന് ബോധ്യപ്പെടുത്തിക്കൊണ്ട് സതീശൻ മുന്നിൽ വാചാലതയോടെ നിൽ ക്കുന്നു.

"നീയെങ്ങോട്ടാ.. ഇത്ര ധൃതിയിൽ. എനിക്ക് നിന്നോട് ഒത്തിരി സംസാരിക്കാനുണ്ട്.

ഞാൻ സെലീനയെ നോക്കി. അവളുടെ മുഖത്ത് ആറുമാസമായി മുഷിപ്പല്ലാതെ മറ്റൊന്നുമില്ല. തികട്ടിവരുന്ന പിത്തനീരിന്റെ അവശി ഷ്ടങ്ങൾ ഒരിക്കലും വിട്ടുപോകാതെ തൊണ്ടക്കുഴലിൽ അടിഞ്ഞുകിട ക്കുന്നതു കാരണം അവൾ എപ്പോഴും അസ്വസ്ഥയാണ്. ആ രൂപത്തിൽ എന്തുകൊണ്ടോ എനിക്കവളെ ഒട്ടും ഇഷ്ടമായില്ല. വയറുന്തി നിതംബ ത്തിന് ഒരു താങ്ങുപോലെ കൈകൊടുത്തുനിൽക്കുന്ന സെലീന അവ ഗണിക്കപ്പെടേണ്ട വൈകൃതം നിറഞ്ഞ മറ്റേതോ പെൺകുട്ടിയാണെന്നു പോലും എനിക്ക് ചിലപ്പോൾ തോന്നാറുണ്ട്. ഭാര്യയുടെ കെട്ടുകാഴ് ചയുമായി സതീശന്റെ മുന്നിൽ അവളെ അവതരിപ്പിക്കാൻ ഏതായാലും എനിക്കാകുമായിരുന്നില്ല.. സെലീനയുടെ വെറുപ്പിനെ കടക്കണ്ണുകൾ കൊണ്ട് തണുപ്പിച്ച് ഞാൻ സതീശന്റെ തോളിൽ കയ്യിട്ട് അൽപ്പം അകലേക്ക് നടന്നു. ഒരു ഇലക്ട്രിക് പോസ്റ്റിന്റെ ഇത്തിരിത്തണലിലേക്ക് അവനെ മാറ്റിനിർത്തി ഒരഞ്ചുമിനിട്ട് സമയം ചോദിച്ച് ഞാൻ വേഗം സെലീനയുമായി തൊട്ടടുത്ത സ്കാനിങ് സെന്ററിലേക്ക് കയറി.

ക്ലിനിക്കിൽ പ്രതീക്ഷിച്ചതിലേറെ തിരക്കുണ്ടായിരുന്നു. എല്ലാവരും സെലീനയെയായിരുന്നു ശ്രദ്ധിച്ചിരുന്നത്. ഗർഭാലസ്യം അവളുടെ സൗന്ദ രൃത്തെ മാത്രമല്ല അവളെത്തന്നെ ആകെ മാറ്റിയിട്ടുണ്ട്. ഗർഭകാലത്തെ ഏകാന്തതയാണ് ജീവിതത്തിന്റെ മുഴുവൻ ഏകാന്തതയുമെന്ന് തോന്നു മായിരുന്നു, അവളുടെ മുഖത്തേക്ക് അൽപ്പനേരം നോക്കിനിന്നാൽ.

നഗരത്തിന്റെ വൃത്തികെട്ട ഈ ഭാഗത്ത് ജീവിതത്തിന്റെ വൈമ നസ്യമത്രയും വലിച്ചുവാരിച്ചുറ്റി നിൽക്കുന്ന സെലീനയുടെ കൂടെ ഇരുന്നിട്ട് പ്രത്യേകിച്ച് ഗുണമൊന്നുമില്ല എന്നെനിക്കപ്പോൾ തോന്നി. മാത്രമല്ല സതീശൻ കാത്ത് മുഷിയുന്നുണ്ടാവില്ലേ? ഊഴം എത്തുമ്പോ ഴേക്കും തിരിച്ചുവരാവുന്ന കാര്യമേയുള്ളൂ? കൈത്തണ്ടയിൽ പ്രതിഷേ ധത്തോടെ സെലീനയുടെ നഖങ്ങൾ അമർന്നെങ്കിലും ഉടനെ വരാമെന്ന് പറഞ്ഞ് ഞാനെഴുന്നേറ്റു.

സതീശൻ എന്നെ നേരെ ബാറിലേക്കാണ് കൂട്ടിക്കൊണ്ടുപോയത്. ചുവന്ന വെളിച്ചം സുതാര്യമായ പുതപ്പുപോലെ നിവർന്ന് കിടക്കുന്ന ബാറിലെ ഒഴിഞ്ഞ ഒരു കോണിൽ ഇരുവശത്തേക്കും ചെരിച്ചിട്ട അടു ത്തടുത്ത കസേരകളിലായി ഞങ്ങൾ ഇരുന്നു.

ഓരോ പെഗ്ഗ് വീതമുള്ള ആദ്യത്തെ റൗണ്ട് തീർന്നതും സതീശൻ ഒരു സിഗരറ്റെടുത്ത് എനിക്ക് നീട്ടി. മൾബറോ വൈറ്റ്. നീ കുറെക്കാലം എവിടെയായിരുന്നുവെന്ന എന്റെ ചോദ്യത്തിന് നേരെ അവൻ പുഞ്ചിരി തൂകി.

"ഒരുപാട് ദേശത്തൂടെ അലഞ്ഞു സുരേന്ദ്രാ.. പക്ഷേ, എങ്ങും നിൽ
ക്കാൻ തോന്നിയില്ല."

പിന്നെ അവൻ ഓരോ ദേശത്ത് വെച്ച് നേരിട്ട വെല്ലുവിളികളെക്കുറിച്ച്
ഇഴഞ്ഞ ശബ്ദത്തിൽ വിസ്തരിച്ചുപറയാൻ തുടങ്ങി. ബാറിലെ സ്റ്റാലിന്റെ
മുഖത്തിന് താഴെ വെച്ചിരിക്കുന്ന പ്രാചീനമായ ക്ലോക്കിൽ മാത്രം സമയം
മിടിപ്പില്ലാതെ ചലിക്കുന്നത് ഞാൻ കണ്ടു. അതിനിടയ്ക്ക് ബെയറർ രണ്ടു
തവണ വന്നുപോയി.

ഞാൻ സെലീനയെ അന്നേരം ഓർത്തു. ഇപ്പോൾ അവളുടെ ഈഴ
മെത്തിയിട്ടുണ്ടാവണം. വീർത്തുന്തിയ വയറിൽ ജെല്ലുകൾ പുരട്ടി സ്കാ
നറുടെ മൗസ് ചലിപ്പിക്കുന്ന ഡോക്ടറുടെ വിരലറ്റം പരിധികൾ ലംഘി
ക്കുന്നുണ്ടോയെന്നാണ് ഏത് ഭർത്താവും ആദ്യം ശ്രദ്ധിക്കുക. സ്രവങ്ങ
ളിൽ കുതിർന്ന കുട്ടിയുടെ മുഖം താഴെ പ്രിന്ററിൽ കറുത്ത മഷി പുര
ണ്ടുവരുന്നത് എപ്പോഴും ഉണ്ടാക്കുന്നത് ആധിയോ വേവലാതിയോ
ആണ്. ഒരുപക്ഷേ, കടലാസിലെ ആ മുഖം മാത്രം അവശേഷിപ്പിച്ച്
അവൻ ഒരു സ്വപ്നത്തിലെന്നപോലെ എന്നെന്നേക്കുമായി മാഞ്ഞുപോ
കാമെന്ന ചിന്ത പെട്ടെന്ന് എന്നെ നടുക്കിക്കളഞ്ഞു.

വാച്ചിൽ നോക്കി അക്ഷമ പ്രകടിപ്പിച്ചപ്പോൾ സതീശൻ പറഞ്ഞു:

"ഏറെ നാളുകൾക്കുശേഷം കാണുന്നതാ നമ്മൾ. എടാ ഈ നഗ
രത്തിന്റെ തിളപ്പ് മറക്കണമെങ്കി നാലുലാർജില്ലാതെ പറ്റില്ല. നീ പുറത്തേക്ക്
നോക്ക്. തിളച്ചുമറിയുന്ന ലായനിപോലെയല്ലേ ആൾക്കൂട്ടം. ഓരോരുത്ത
രെ എടുത്ത് പരിശോധിച്ചാൽ അവർക്കൊക്കെ കാണും നിന്റെ പോലെ
ഒരു ഭാര്യയും ചുറ്റിപ്പറ്റി ചില പ്രശ്നങ്ങളും. ഒടുവിൽ അവർക്കൊക്കെയും
ഇതാ ഇതിന് മുമ്പിൽ വരാതെ പറ്റില്ല. നഗരത്തിന്റെ വിസർജ്യങ്ങൾ
ശരീരത്തിൽനിന്ന് മാറ്റാനാ സുരേന്ദ്രാ പലരും മദ്യപിക്കുന്നതുപോലും."

അവന്റെ ശബ്ദം മദ്യത്തിലൂടെ ഒരു നാടപോലെ ഇഴഞ്ഞു.

നാലാമത്തെ ലാർജ് പ്രതീക്ഷിച്ചതിലേറെ ലഹരിയാണ് ശരീരത്തി
ലേക്ക് കടത്തിവിട്ടതെന്ന് തോന്നി. ബാറിൽനിന്ന് കുഴഞ്ഞ കാലുകളോടെ
ഏറെക്കുറെ ശരീരം സതീശന്റെ ചുമലിൽ താങ്ങിയാണ് ഇറങ്ങിയത്.
ഇരുട്ടിനേക്കാൾ കൂടുതൽ വെളിച്ചമുള്ള നഗരം കണ്ണിനെ പുളപ്പിക്കു
ന്നുണ്ടായിരുന്നു. സതീശൻ കുഴഞ്ഞ് ബൈക്കിലിരുന്നു. പിന്നെ പല്ലുകൾ
കടിച്ച് ബൈക്ക് സ്റ്റാർട്ടാക്കി.

"എന്നെ പിടിച്ചിരുന്നോ നമുക്കൊരിടംവരെ പോകാം. ഇന്നേതാ
യാലും തനിക്ക് വീട്ടിൽ പോകാൻ പറ്റില്ല."

ബൈക്ക് പ്രകാശത്തിന്റെ ധാരാളിത്തത്തിലൂടെ ചാഞ്ഞും ചരിഞ്ഞും
ഓടിക്കൊണ്ടിരുന്നു. രണ്ടുതവണ എതിരെ വന്ന വാഹനത്തിലെ യാത്ര
ക്കാരോ ഡ്രൈവറോയെന്ന് തീർച്ചയില്ല, സതീശന് നേരെ അസഭ്യം
ചൊരിഞ്ഞു. സതീശൻ ബൈക്ക് ഒരു ഊടുവഴിയിലേക്ക് ഊർന്നിറക്കി.
മദ്യമകത്തായാൽ സതീശന് ഒരു ഗുണമുണ്ട്. ആരോടും കയർക്കുക
യില്ല. ഇരുട്ടു കുഴഞ്ഞുകിടക്കുന്ന ഒരു വീടിന് മുമ്പിൽ സതീശൻ ദുർഘടം

പിടിച്ച യാത്ര അവസാനിപ്പിച്ചു.

ആരോ ചുറ്റികകൊണ്ട് അടിച്ചപോലെ ലഹരി തലയിൽ ഒരു കടുത്ത ഭാരം എടുത്തുവെച്ചിട്ടുണ്ട്. ഇരുട്ടിന്റെ ഗർത്തങ്ങളിലൂടെ എവിടേക്കോ ഊർന്നിറങ്ങിവരുന്നതുപോലെ തോന്നി. എത്രനേരമായി ഇവിടെ ഈ ഇരുട്ടിൽ ഇങ്ങനെ ഇരിക്കാൻ തുടങ്ങിയിട്ടെന്ന് അറിഞ്ഞുകൂടാ. ഉടനെ വരാമെന്ന് പറഞ്ഞ് അകത്തേക്കുപോയ സതീശൻ ഇടനാഴിയിലെ വിടെയോ വെച്ച് ഒരു പാദസരത്തിന്റെ കിലുക്കത്തിൽ അമർന്നുപോയതും ഒരു ചിരി ആരുടെയോ വിരലുകളുടെ ആവരണത്തിൽ അലിഞ്ഞില്ലാ തായതും ഇത്തിരി മുമ്പാണ്. ഒടുക്കം ഒരു മുട്ടവിളക്കിന്റെ പ്രകാശം ഇട നാഴി കടന്നുവരുന്നതു കണ്ടു. ഉടയാടകളുടെ നേർത്ത ശബ്ദം നിശ്ശ ബ്ദതയിലേക്ക് പതുക്കെ അഴിഞ്ഞുവീണു. മുമ്പിൽ നിൽക്കുന്ന പെൺകുട്ടിയെ തിരിച്ചറിയാൻ വിളക്കിന്റെ ഇത്തിരിവെട്ടം തന്നെ ആവ ശ്യമുണ്ടെന്ന് തോന്നിയില്ല. നിഷ്കളങ്കതയുടെ മെഴുക് രൂപം പോലെ മുന്നിൽ നിൽക്കുന്നത് ദിവസങ്ങൾക്കു മുമ്പു കണ്ട പെൺകുട്ടിയല്ലേ? പത്രത്താളുകളിൽ അപ്രത്യക്ഷയായ പെൺകുട്ടി.

നഗ്നത അവളെ കൂടുതൽ നിഷ്കളങ്കയാക്കിയപോലെ തോന്നിച്ചു. ആടയാഭരണങ്ങളില്ലാതിരുന്നിട്ടും അവൾ സുന്ദരിയാണെന്ന് കണ്ടു. കൗമാരത്തിന്റെ വശ്യമായ സൗന്ദര്യം മുഖത്ത് പ്രകാശം സ്വർണനിറം പൂശിയിരുന്നെങ്കിലും അവയവങ്ങളുടെ മുഴുപ്പിനെ ഇരുട്ട് സൗമ്യതയോടെ മറച്ചിരുന്നു. എന്തുചെയ്യണമെന്ന് അറിയാതെ ഒരു നിമിഷം മരവിച്ചി രുന്നു. സൗഹൃദത്തോടെ ചിരിക്കുവാനോ കട്ടിലിൽ ഇരുന്ന അവൾ മടി യിലേക്ക് പതുക്കെ എടുത്തുവെച്ച കൈകൾ പ്രതിഷേധത്തോടെ വലി ച്ചെടുക്കുവാനോ കഴിഞ്ഞില്ല. അവൾ എന്നെ നോക്കി നിശ്ശബ്ദമായി ചിരിച്ചു. അവളുടെ മൃദുലമായ വിരലുകൾ ചുമലിൽ ആദ്യമായി സ്പർ ശിക്കുമ്പോൾ ഹൃദയം വിറച്ചു.

"പേടിക്കേണ്ട. ഒക്കെ സതീശേട്ടൻ പറഞ്ഞിട്ടുണ്ട്."

പെൺകുട്ടി എന്നെ സമാധാനിപ്പിക്കാനെന്നവണ്ണം പറഞ്ഞു. പിന്നെ അവൾ എന്റെ വസ്ത്രങ്ങൾ ഓരോന്നായി അഴിക്കാൻ തുടങ്ങി. ഉടൽ മനസിന്റെ കള്ളത്തരങ്ങളിൽനിന്ന് വിശുദ്ധനാകുന്ന നിമിഷം പെൺകുട്ടി എന്റെ മാറിലേക്ക് വീണു. എതിർക്കുവാനോ ശരീരത്തിൽ നിന്നും അവളെ പറിച്ചെറിയാനോ ആവാതെ ഞാൻ നിസ്സഹായനായി. ഒരു കരിനാഗം പോലെ അവൾ എന്നെ ചുറ്റിവരിഞ്ഞത് പെട്ടെന്നാണ്.

ഉണരുമ്പോൾ മുറിയിൽ അവളുണ്ടായിരുന്നില്ല. വെയിൽ, അഴിച്ചിട്ട വസ്ത്രങ്ങളിലെ ഗന്ധം നുകർന്ന് നഗ്നമായ കാലുകളിലേക്ക് നാവു നീട്ടി യിരുന്നു. എഴുന്നേറ്റ് ഒഴിഞ്ഞുകിടന്ന ഇടനാഴി പിന്നിട്ട് വീടിന്റെ ഓരോ മുറി കയറിയിറങ്ങുമ്പോഴും ശൂന്യത എന്നെ പൊതിഞ്ഞു. പെൺകുട്ടിയെ യോ സതീശനെയോ അവിടെയെങ്ങും കാണാനായില്ല.

വീട്ടിൽ തിരിച്ചെത്തുമ്പോൾ സെലീനയുടെ അച്ഛനും അമ്മയും എത്തിയിരുന്നു. മുൻവശത്തെ സോഫകളിൽ തളർന്നതുപോലെ കിടന്ന

അവർ എന്നെ കണ്ടതും എഴുന്നേറ്റു.

"മോനെവിടെയായിരുന്നു. സിസ്റ്റേഴ്‌സാ ഞങ്ങളെ വിളിച്ചത്. രാത്രി മുഴുവൻ കാത്തു. ഇത്തവണയും സെലീനയ്ക്ക്...."

ജാലകവാതിലുകൾ പാതി തുറന്ന് പുറത്തെ നരച്ച വെയിലിലേക്ക് നോക്കിയിരിക്കുകയായിരുന്നു സെലീന. അവളുടെ നട്ടെല്ല് ഉയരുന്നതും താഴുന്നതും നോക്കി എന്തുപറയണമെന്നറിയാതെ ഞാൻ ഒരു നിമിഷം നിന്നു. കട്ടിലിൽ അവൾ തുന്നിക്കൊണ്ടിരുന്ന കുഞ്ഞുടുപ്പുകൾ ചിതറി ക്കിടന്നിരുന്നു.

"ഇനി എനിക്കൊന്നിനും വയ്യ സുരേട്ടാ.."

എന്നെ കണ്ടതും സെലീന പൊട്ടിക്കരയാൻ തുടങ്ങി.

ഞാൻ സെലീനയുടെ മുടിയിഴകൾ തലോടി. അവളുടെ മെലിഞ്ഞ മാറിൽ നിന്നും ചൂട് കിനിയുന്നുണ്ടായിരുന്നു. നഗ്നതയുടെ ലഹരിയിൽ കഴിഞ്ഞ രാത്രി ബോധം മറയുമ്പോൾ സെലീന രക്തത്തിന്റെ ചുവന്ന തിരശ്ശീലക്കപ്പുറത്ത് നിസ്സഹായതയോടെ വിലപിക്കുകയായിരുന്നുവെ ന്നോർത്തു. പാപബോധമല്ല അന്നേരം എന്നെ ഭരിച്ചത്, മറ്റെന്തോ അജ്ഞാതമായ വികാരമായിരുന്നു. കരയാൻ പോലുമാകാതെ സെലീ നയുടെ പുറം തടവി പുറത്തെ വെയിലിലേക്ക് നോക്കുമ്പോൾ ആകാശം ചുവന്നു തുടുക്കുന്നതും ചോരയുടെ മണമുള്ള ഒരു കാറ്റടിക്കുന്നതും ഞാനറിഞ്ഞു.

പരകായം

ആരെയും അറിയിക്കാതെ വീട്ടിലെത്തി, ഒരുനാൾ എല്ലാവരെയും അത്ഭുതപ്പെടുത്തുന്നത് ഞാനെന്നും സ്വപ്നം കണ്ടിരുന്നു. ഭാര്യയുടെയും മക്കളുടെയും മുഖത്ത് പടരുന്ന അവിശ്വാസത്തിന്റെയും അമ്പരപ്പിന്റെയും അലകളെ വകഞ്ഞുമാറ്റി, അപ്രതീക്ഷിതമായി സന്തോഷത്തിന്റെ വിത്തുകൾ പാകവെ, ചില്ലുപാത്രങ്ങൾ ചിരിച്ചുടയുന്നതുപോലെ ആഹ്ലാദത്തിന്റെ തീരങ്ങളിൽ അവർ തുള്ളിത്തിമിർക്കുന്നത് കാണുവാൻ എന്തു രസമായിരിക്കും. എന്നാൽ അങ്ങനെ ഒരു യാത്രപുറപ്പെടുന്ന നേരം എനിക്ക് പഴയ ആവേശമുണ്ടായിരുന്നില്ല.

നീണ്ട ഒരിടവേളക്ക് ശേഷമാണ് ഞാനൊരു തിരിച്ചുപോക്കിനൊരുങ്ങുന്നത്. പക്ഷേ, അത് വിജയശ്രീലാളിതനായ ഒരു സേനാനായകന്റെ യാത്രയായിരുന്നില്ല. അതുകൊണ്ടാണ് മറ്റ് യാത്രക്കാരുടെ മുഖത്തുണ്ടായിരുന്ന ആനന്ദത്തിന്റെ നീർക്കുമിളകൾ എന്റെ മുഖത്ത് കുരുക്കാതെ പോയത്. എന്നുവെച്ച് കഷ്ടപ്പാടിന്റെയും യാതനയുടെയും നിമിഷങ്ങളെ നെടുവീർപ്പിന്റെ ചുളയിലിട്ട് വറുത്ത്, നഷ്ടങ്ങളുടെ കണക്കുകൾ കൂട്ടി ഞാൻ സ്വയം ഉരുകുകയാണെന്ന് നിങ്ങൾ ധരിക്കരുത്. മടങ്ങിപ്പോകുന്നത് ബാല്യകാലം പടർന്നുകിടക്കുന്ന തെങ്ങിൻതോപ്പുകളിലേക്കും കൗമാരം ആടിത്തിമിർത്ത പുഴയോരത്തിലേക്കും യൗവനം പനിച്ചുകിടത്തിയ ജീവിത പരിസരങ്ങളിലേക്കുമാണെന്ന് ആർക്കാണറിഞ്ഞുകൂടാത്തത്?

എയർപോർട്ടിലെ കണ്ണഞ്ചിപ്പിക്കുന്ന കാഴ്ചകൾക്കിടയിൽ ഞാനൊരു അപശകുനമാണെന്ന് വേഗം തിരിച്ചറിഞ്ഞു. ഏതോ റഫ്യൂജി ക്യാമ്പിൽ നിന്ന് കണ്ണ് വെട്ടിച്ച് കടന്ന അഭയാർഥിയെപ്പോലെ എന്റെ വസ്ത്രങ്ങൾ മുഷിഞ്ഞും ചുളിഞ്ഞുമാണിരുന്നത്. എന്റെ ബാഗുകൾക്കാവട്ടെ പുത്തൻ മണമോ വായിച്ചാലുടനെ ഞെട്ടുന്ന വൻകിട കമ്പനികളുടെ

ബ്രാണ്ട് നെയിമുകളോ ഉണ്ടായിരുന്നില്ല. ഈറൻ വിടാത്ത ശവക്കച്ച പോലെ അളിഞ്ഞ അതിന്റെ വള്ളികളിൽ പിടിച്ച് കസ്റ്റംസ് ഉദ്യോഗസ്ഥർ ഓരോ ഘട്ടത്തിലും ബാഗുകൾ അറപ്പോടെ വലിച്ചെറിയുകയായിരുന്നു. എങ്കിലും ഇത്തവണ ചോദ്യങ്ങളില്ലാതെ മ്ലാനമായ ചിരിയോടെ ഗ്രീൻ ചാനലിലൂടെ കടന്നു പോകാൻ അവർ എന്നെ അനുവദിച്ചു.

ഒഴിവുകാലത്തെ യാത്രയെപ്പോലെ ഊഷ്മളതയും ആർഭാടവും നിറ ഞ്ഞതല്ല ഈ യാത്രയെന്ന ബോധമുണ്ടായിരുന്നതിനാൽ വലിയ ഒരു സ്വീകരണം ഞാൻ എവിടെയും പ്രതീക്ഷിച്ചിരുന്നില്ല. പുറപ്പെടുന്നതിന് മുമ്പ് ഗ്രബിയേലിന്റെ 'എടോ ഓരോ പ്രവാസിയും ഓരോ കുടുംബ ത്തിന്റെ ആണിക്കല്ലാണ്. അതിനിളക്കം വന്നാൽ കുടുംബമാകെ തകർ ന്നുവീഴും' എന്ന മുന്നറിയിപ്പ് അപ്പോഴും ദഹിക്കാതെ എന്റെ ഉള്ളിൽ കല്ലിച്ച് കിടന്നിരുന്നു.

പ്രിയപ്പെട്ടവരെ അക്ഷമയോടെ കാത്തിരിക്കുന്ന പരശ്ശതം കണ്ണു കളെ നിരാശപ്പെടുത്തി ഞാൻ പുറത്തേക്കിറങ്ങി. പുറത്ത് ആളുകൾ കടൽ പോലെ ഇരമ്പുകയാണ്. കൂടെ യാത്ര ചെയ്തിരുന്ന ചെറുപ്പക്കാ രൻ കുട്ടിയെ വാരിപ്പുണർന്ന് ഭാര്യയെ ചേർത്തുനിർത്തുന്നതിനിടയിലും പരിചിതഭാവത്തിൽ ചിരിച്ചു. ആൾക്കൂട്ടത്തിനിടയിൽ ഏകാന്തത ഇതിനുമുമ്പും എനിക്കനുഭവപ്പെട്ടിട്ടുണ്ട്.

വീടിന് മുമ്പിൽ ഓട്ടോയിൽ വന്നിറങ്ങുമ്പോൾ കോഴികൾക്ക് തീറ്റ എറിഞ്ഞുകൊടുത്ത് സിസിലി മുറ്റത്തുതന്നെയുണ്ടായിരുന്നു. തൊട്ടടുത്ത കസേരയിൽ ചിത്രകഥയിലെ വാനരന്മാരുടെ കുസൃതികളിൽ കണ്ണെ റിഞ്ഞ് ചിരിച്ചുകൊണ്ടിരിക്കുന്നത് ചിഞ്ചുമോളാണെന്ന് ഊഹിക്കാൻ പ്രയാസമില്ല. ഓരോ വർഷവും അവൾ എന്റെ മനസിലൂടെയാണല്ലോ പിച്ചവെച്ചു വളർന്നത്. കഴിഞ്ഞ കുറെ വർഷങ്ങളിലെ അകൽച്ചയും പിന്നെ എന്റെ പതനവും സിസിലിക്കിനിയും ഉൾക്കൊള്ളാനാവാത്തത് കൊണ്ടാവാം എന്നെ കണ്ടിട്ടും അവൾക്ക് ഭാവമാറ്റമൊന്നും ഉണ്ടായില്ല.

ഒരു അപരിചതനെപ്പോലെ വീടിന്റെ പടിവാതിൽക്കൽ ഇത്തിരി നേരം ഞാൻ നിന്നു. ഓരോ പ്രവാസിയും കാലാകാലങ്ങളിൽ അപരി ചിതത്വത്തിന്റെ പുകമറയ്ക്കുള്ളിൽ അകപ്പെട്ടുപോകും. പുതുലോക ത്തിന്റെ കവാടത്തിലേക്ക് കാലൂന്നുമ്പോൾ തുടങ്ങുന്ന അപരിചിതത്വം സ്വസ്ഥമായ ജീവിതംതേടി വീട്ടിലെത്തുമ്പോഴും അവസാനിക്കുകയില്ല.

"അപ്പൂപ്പനെന്താ വൈക്യേ?" എന്നെക്കണ്ടതും ചിഞ്ചുമോൾ കസേ രയിൽ നിന്നും എഴുന്നേറ്റ് ഓടിവന്ന് എന്റെ കൈകവർന്നു.

"ഞാൻ വൈകിയില്ലല്ലോ മോളേ.."

ഞാനവളെ വാരിയെടുത്തു. കൈകളിൽ പുരണ്ടിരുന്ന അഴുക്ക് തുട ച്ചുകളഞ്ഞ് കുസൃതി തുടുത്ത കവിളിൽ ഉമ്മവെച്ചു. കുട്ടികൾക്കുവേണ്ടി ചോക്ലേറ്റുകൾ ഞാൻ കരുതിയിരുന്നു. എല്ലാ കുട്ടികളേയും പോലെ കാഡ്ബറീസിന്റെ വെള്ളിക്കടലാസുകൾ തന്നെയാണ് അവളെയും കൂടുതലായി ആകർഷിച്ചത്.

അടുക്കള ചുറ്റിവേണമായിരുന്നു എന്റെ മുറിയിലെത്താൻ. വീട് പുതുക്കി പണിതപ്പോഴും എന്റെ മുറിക്ക് മാറ്റമൊന്നും വരുത്തിയിരുന്നില്ല. മക്കൊണ്ടയിലെ കേണൽ അറീലിയാനോ ബുൾവേഡിയയുടെ മുറി പോലെ വൃത്തിഹീനവും ഏകാന്തതയുടെ പൂപ്പലുകൾ നിറഞ്ഞതുമായ ഒരിടമായിരുന്നു അത്. കുറകൾക്കും പഴുതാരകൾക്കും പുറമെ ജീർണിച്ച മോന്തായത്തിൽനിന്ന് അറക്കപ്പൊടിയും താഴേക്ക് വീഴുന്നുണ്ടായിരുന്നു. പടക്കളത്തിൽ തോറ്റുപോയതിനാൽ പടനായകന്റെ അവസാനകാലം വൃത്തിരാഹിത്യത്തിന്റെയും അവഗണനയുടേതുമാണ്.

അടച്ചിട്ട ജാലകങ്ങൾ തുറന്നപ്പോൾ കണ്ണുകളെ വേദനിപ്പിച്ചു കൊണ്ട് നേർത്ത നാടയോളം ശോഷിച്ച പുഴ കണ്ടു. കമുകുമരങ്ങൾ അലറിവിളിച്ചെത്തിയ ഒരു കാറ്റിൽ ദയനീയമായി വിലപിക്കുന്നു. കട വിലേക്കിറങ്ങിയപ്പോൾ രോഗിയായ അമ്മയുടെ വിരൽ സ്പർശം പോലെ വെള്ളം കാലുകളെ പൊതിഞ്ഞു. വെള്ളത്തിന് പഴയ തണുപ്പും കുളിർ മയും ഉണ്ടായിരുന്നില്ല. കൗമാരത്തിലെ ഇച്ഛാഭംഗങ്ങൾ കഴുകിക്കള ഞ്ഞിരുന്ന പുഴ. പുഴയുടെ സംഗീതം നിലച്ചിരുന്നു. ഗർഭപാത്രം ചുര ന്നെടുത്ത സ്ത്രീയെപ്പോലെ അത് നേർത്തൊരു വിലാപത്തോടെ ഒഴു കുന്നു. പുഴയിൽ മുങ്ങിനിവർന്നപ്പോൾ പൊങ്ങച്ചത്തിന്റെയും പുത്തൻ ജീവിതപരിസരങ്ങളുടെയും വടുക്കൾ ഉടുപുടവകൾ അഴിഞ്ഞുവീഴുന്ന ലാഘവത്തോടെ ഒലിച്ചുപോയി. എങ്കിലും പഴയ സെബാസ്റ്റ്യനിലേ ക്കുള്ള ദൂരം പിന്നെയും നീണ്ടുകിടക്കുന്നത് ഞാൻ കണ്ടു.

വെറുപ്പും വിദ്വേഷവും നാലുനാളിലധികം നീട്ടിക്കൊണ്ടുപോകാ നുള്ള മനഃസാന്നിധ്യം സിസിലിക്കുണ്ടായിരുന്നില്ല. എന്തെങ്കിലും കാര ണങ്ങൾതേടി അവൾ രാജിയാകാൻ വരുന്നത് എന്നും എന്നെ അരിശ പ്പെടുത്തുകയാണ് പതിവ്. കണ്ണീരിലൂടെ അതിനുമീതെ വിജയം കൊയ് തെടുക്കുകയാണ് അവളുടെ രീതി. അതിലാവട്ടെ ഞാൻ തോറ്റുപോകു മെന്ന മുൻ ധാരണപോലും അവൾക്കുണ്ട്. എന്നാലാദ്യമായി അവൾ എന്നോട് സംസാരിക്കാൻ വന്നതേയില്ല. എത്രയോ കാലത്തെ ദുഃഖവും വേദനകളും നെഞ്ചിൽ ഒരു വ്രണമായി പഴുത്തുകിടക്കുന്ന ആധികളും നിറഞ്ഞ പ്രണയത്തിന്റെ വിങ്ങൽ, അവൾ കണ്ടതായിപ്പോലും നടിച്ചില്ല.

വർണപ്പകിട്ടാർന്ന ഒരു ജീവിതത്തിൽനിന്ന് പെട്ടെന്നൊരുനാൾ പഴയ പൊടിപിടിച്ചുകിടക്കുന്ന ചിത്രത്തിലേക്ക് ഇറങ്ങിവരാനുള്ള വൈമനസ്യം കൊണ്ടാവാം, ജീവിതത്തിന്റെ ആ വർണങ്ങൾ ഒരു മായക്കാഴ്ച മാത്രമായിരുന്നു എന്ന് ആരും മനസിലാക്കാത്തതെന്ത്..?

ജീവിതത്തിൽ ഉയർച്ചയും താഴ്ചയും സ്വാഭാവികമാണ്. ചിലപ്പോൾ ചിലർ കാലിടറി വീഴാം. എന്നാൽ വീഴുന്ന നിമിഷവും താഴെ മാർദവമുള്ള എന്തെങ്കിലുമുണ്ടാവുമെന്നാവും അവൻ പ്രതീക്ഷിക്കുക. ഉയർച്ചയും താഴ്ചയും ഒരു ദാർശനിക പ്രശ്നത്തിന്റെ രണ്ടറ്റങ്ങളല്ലേ...?

ഒരു മൾട്ടി നാഷണൽ കമ്പനിയിലെ ഫോർമാനായി ജോലിയിൽ പ്രവേശിക്കുമ്പോൾ ഉയർച്ചയുടെ ഓരോ പടവും ഞാൻ കൃത്യമായി

മുന്നിൽ കണ്ടിരുന്നു. ചതുരംഗക്കളിയിലെ കരുക്കളെ നിർഭയം വെട്ടി മാറ്റുന്ന സരളതയോടെ ഔദ്യോഗികതലങ്ങളുടെ പടികൾ ഓരോന്നായി പിന്നിടുമ്പോൾ വിജയത്തിന്റെ ഉന്മാദം ശരിക്കും അനുഭവവേദ്യമാകും. എന്നാൽ അത്യുന്നതങ്ങളിൽ ഒരു ട്രപ്പീസ് കളിക്കാരന്റെ ജന്മസിദ്ധമായ അനായാസതയോടെ നിലയുറപ്പിക്കാനുള്ള വൈദഗ്ധ്യം എപ്പോഴുമുണ്ടാ വണമെന്നില്ല. ജീവിതം ഭദ്രമാണെന്ന് തോന്നുമ്പോൾ, വിജയോന്മാദം മനസിനെ ആവേശിച്ചുതുടങ്ങുമ്പോൾ, ദുരന്തം യാദൃച്ഛികതയുമായി കടന്നുവരും.

ശനിയാഴ്ചകൾ ജീവിതത്തിലെ ഏറ്റവും തിരക്കുപിടിച്ച ദിവസങ്ങ ളാണ് ഒരു പ്രവാസിക്ക്. പിടിതരാതെ വഴുതിമാറിയ ചില പ്രധാന കണ ക്കുകൾ തീർത്ത് എഴുന്നേൽക്കാൻ തുടങ്ങുമ്പോഴാണ് അയാൾ കയറി വന്നത്. മലയാളിയാണെന്ന് ഒറ്റനോട്ടത്തിൽത്തന്നെ തിരിച്ചറിയാവുന്ന മുഖം. ഈ നഗരത്തിലെത്തുന്ന ഓരോരുത്തരും മുഖത്തെ മലയാള ത്തനിമ എടുത്തുകളയുകയാണ് ആദ്യമായി ചെയ്യുന്ന കർമം. കട്ടിമീശ ഷേവ് ചെയ്ത് നീക്കുക, നിറംകൂടിയ വസ്ത്രങ്ങൾ ധരിക്കുക, മങ്ങിയ വെയിലിൽപ്പോലും കണ്ണട വെക്കുക തുടങ്ങി അപരിചിതവും വിചിത്ര വുമായ മുഖംമൂടികളണിയുന്നവർ. വളരെ ഉയർന്ന തസ്തികയിൽനിന്നും പെട്ടെന്നൊരുനാൾ കമ്പനി നിഷ്കരുണം അയാളെ പിരിച്ചുവിട്ടെന്നും ഉടനെ നാട്ടിലേക്ക് തിരിച്ചു പോകാൻ കഴിയാത്തവിധം ചില കടങ്ങളിൽ കുരുങ്ങിക്കിടക്കുകയാണ് താനെന്നും മുഖവുരയില്ലാതെ അയാൾ പറഞ്ഞു. ഫയലുകൾ അടച്ചുവച്ച് വിരസമായ കഥയിലേക്ക് മനസിനെ കൊണ്ടെത്തിക്കാൻ തുടങ്ങിയപ്പോഴേക്കും അയാൾ സ്ത്രൈണമായ ഒരഭിനിവേശത്തോടെ കരയാൻ തുടങ്ങിയിരുന്നു.

കമ്പനിക്ക് കിട്ടുമെന്ന് ഏറെക്കുറെ ഉറപ്പുള്ള ടെണ്ടറിനയക്കാൻ വെച്ചിരുന്ന ക്വട്ടേഷൻ സംഖ്യ ചോർത്തുക എന്ന അയാളുടെ അപകടവും വിചിത്രവുമായ ആവശ്യം എന്നെ അമ്പരപ്പിക്കാതിരുന്നില്ല. പത്തുവർ ഷത്തോളം ആത്മാർഥതയോടെ ജോലി ചെയ്യുന്ന സ്ഥാപനത്തെ ഒറ്റുന്ന ഒരു സഹായവും ചെയ്യാനാവില്ലെന്ന എന്റെ മറുപടി അയാളുടെ മുഖത്തെ അവശേഷിച്ച പ്രതീക്ഷയെ ഒരു കടലാസുപോലെ വെളുപ്പിച്ചു.

ഒരാഴ്ചക്കുശേഷം അയാൾ വീണ്ടും വന്നു. ഏറെനേരം പുറത്ത് കാത്തിരുന്നതിനുശേഷം വലിച്ചുതീർത്ത അസംഖ്യം സിഗരറ്റുകളുടെ മഞ്ഞിച്ച കണ്ണുകളുമായി അയാൾ കൈകുപ്പി. ഇത്തവണ അയാൾക്ക് കുറെക്കൂടി യുക്തിഭദ്രമായ ഒരു കഥയാണ് പറയാനുണ്ടായിരുന്നത്.

വലിയ ബംഗ്ലാവ് പണിതതിന്റെയും മകളെ നല്ല നിലയിൽ സ്ത്രീ ധനം നൽകി കെട്ടിച്ചയച്ചതിന്റെയും കടങ്ങൾ ബാക്കികിടക്കുകയാണ്. ഏതു നിമിഷവും പ്രതീക്ഷിക്കാവുന്ന ഫിനാൻസ് കമ്പനിയുടെ ആളു കൾ ഗുണ്ടകളുമായി വീടൊഴിപ്പിക്കാൻ വരികയാണെങ്കിൽ ഭാര്യക്കും മകൾക്കും ചെറുത്തുനിൽക്കാനാവില്ല. ഒരുപക്ഷേ, അതോടെ മകളുടെ ഭാവി ഇരുളിലാകുമെന്നും ജീവിതം കൈവിട്ടുപോകുമെന്നും അയാൾ

നിറകണ്ണുകളോടെ വിവരിച്ചു. ഇതൊന്നും വിശ്വസ്തനായ ഒരു ഉദ്യോഗ സ്ഥന് കമ്പനിയെ ചതിക്കാനുള്ള കാരണങ്ങളല്ലെന്ന് പുരികം വളച്ച പ്പോൾ അയാളുടെ അവസ്ഥ ഏതുനിമിഷവും ആർക്കും വന്നുചേരാവു ന്നതാണെന്നും ആത്മാർഥതയുള്ള ജോലിക്കാരെ എപ്പോഴും കമ്പനികൾ ചൂഷണം ചെയ്യുകയാണ് പതിവെന്നും അയാൾ ഉപദേശിച്ചു. ഒരു ചൂണ്ട മോഹിപ്പിക്കുന്ന ഒരു ഇരയുടെ സുഗന്ധവുമായി ഏതുനിമിഷവും മുന്നിലേക്ക് കടന്നുവരാം. ഒരു വലിയ തുകയെ ചൂണ്ടയിൽ കൊരുത്ത് അയാൾ എന്നെ പ്രതീക്ഷയോടെ നോക്കി. ജീവിതത്തിലെ വലിയൊരു കാലം എനിക്കുവേണ്ടി കഷ്ടപ്പെട്ട സിസിലിയെയോ സ്വപ്നവും യാഥാർഥ്യവും തിരിച്ചറിയാതെ കോളേജിൽ പഠിച്ചുകൊണ്ടിരിക്കുന്ന മകളെയോ ഒരു ബസ്സപകടം അനാഥമാക്കിയ ചിഞ്ചുമോളെയോ ഞാനന്നേരം ഓർത്തതേയില്ല.

സംസാരിക്കാനുണ്ടായിരുന്ന സാമർഥ്യം അയാളുടെ പ്രവർത്തന ങ്ങൾക്കുണ്ടായിരുന്നില്ല. തുടക്കത്തിൽത്തന്നെ അയാൾക്ക് പാളിച്ചകൾ വന്നു. ഒടുക്കം പൊലീസ് സ്റ്റേഷനിൽ മുഖാമുഖമിരിക്കേണ്ടിവന്നപ്പോൾ അയാൾ കരഞ്ഞുകൊണ്ട് മാപ്പപേക്ഷിക്കുന്നുണ്ടായിരുന്നു.

ജയിലിൽ, ഇരുമ്പ് പഴുപ്പിച്ചെടുത്ത അസംഖ്യം രാവുകളെയും പക ലുകളെയും അതിജീവിക്കാനുള്ള കരുത്ത് എങ്ങനെയുണ്ടായതാണെന്ന് അറിഞ്ഞുകൂടാ. ഗുഹയ്ക്കുള്ളിലകപ്പെട്ട തീവണ്ടിയിലെന്നപോലെ വെളിച്ചത്തിനുവേണ്ടി ക്ഷമയോടെ കാത്തിരുന്നു. ജീവിതത്തിൽ നിന്നും ചേദിച്ചുകളയേണ്ട ആണ്ടുകൾ എത്രയാണെന്നറിയാതെ.

ആ ദിനങ്ങളുടെ തുടർച്ചപോലെയായിരുന്നു വീട്ടിലെ ഒറ്റപ്പെട്ട മുറി യിലെ ജീവിതവും. ജയിലറക്കുള്ളിലെ മടുപ്പിക്കുന്ന അന്തരീക്ഷം. ജീർ ണിച്ച് ജനലഴികൾക്കിടയിലൂടെ തെളിയുന്ന പുഴുക്കുത്തേറ്റ ആകാശവും താഴെ ശ്മശാനത്തിലേക്കുള്ള ഇടുങ്ങിയ വഴികളിലൂടെ നീങ്ങുന്ന വിലാ പയാത്രയുടെ പതിഞ്ഞ താളവും മനസിൽ വിരസതയുടെ മഞ്ഞിച്ച വെയിലാണ് നിറയ്ക്കുക.

ഓർമകളുടെ അഴിക്കലിലും പിരിക്കലിലും സ്വയം നഷ്ടപ്പെട്ടുപോയ ഏതോ ഒരുനിമിഷം പൂമുഖത്തെ ശബ്ദമുയർത്തിയുള്ള സംസാരം കേട്ടാണ് ഞാനുണർന്നത്. നേരം നന്നെ ഇരുട്ടിത്തുടങ്ങിയിരിക്കുന്നു. നേർത്ത ചാറ്റൽ മഴയുണ്ടായിരുന്നു. പുറത്ത് കരച്ചിലിന്റെയും കോപ ത്തിന്റെയും താളലയങ്ങളോടെ സിസിലിയുടെ സ്വരമാണ് ഉയർന്നുകേൾ ക്കുന്നത്. ഉറങ്ങാൻ കിടക്കുമ്പോൾ കോളേജിൽപ്പോയ ഇളയമകൾ സമയത്ത് തിരിച്ചെത്താത്തതിന്റെ ആധിയിൽ അവൾ ഏങ്ങിക്കരയുകയാ യിരുന്നു. ആശ്വസിപ്പിക്കാൻ ചെന്നെങ്കിലും ധാർഷ്ട്യത്തോടെ അവ ളെന്നെ പിന്തിരിപ്പിക്കുകയാണുണ്ടായത്.

പൂമുഖത്തേക്ക് ചെല്ലുമ്പോൾ അമ്മയും മകളും മുഖത്തോടുമുഖം നോക്കി നിൽക്കുകയാണ്. സിസിലി വേവലാതിപ്പെടുന്നതുപോലെ മകൾ അതിശയിപ്പിക്കുംവിധം വളർന്നിട്ടുണ്ട്. കഴിഞ്ഞതവണ വന്നപ്പോൾ

എന്റെ കൈകളിൽ തൂങ്ങിനടന്ന മയിൽപ്പീലിപൊട്ടിയാണോ ഇത്?

"ചോദിച്ചതുകേട്ടില്ലേ? ഇത്രനേരവും എവിട്യാരുന്നു.... ആരുടെ കൂടെയാ നീ നഗരം ചുറ്റ്യേത്...?"

എല്ലാം അറിഞ്ഞുകൊണ്ടാണ് ചോദ്യം.

"അത് ജോസഫാ. ഞങ്ങളുടനെ കല്യാണവും കഴിക്കും." മകളുടെ കാർക്കശ്യത്തോടെയുള്ള മറുപടി.

സിസിലി നടുങ്ങുന്നത് ഞാൻ വ്യക്തമായും കണ്ടു. അവിശ്വസനീ യതയോടെ അവൾ മകളെ നോക്കുകയാണ്.

"ഇനിയിപ്പൊ ആരെ കാത്താണിരിക്കുന്നത്. അമ്മയ്ക്കുറപ്പുണ്ടോ എന്നെ കെട്ടിച്ചുവിടാൻ അമ്മക്ക് കഴിയുമെന്ന്... അപ്പൻ എല്ലാം നശിപ്പി ച്ചില്ലേ.."

"അപ്പനെ കുറ്റം പറയരുത്. അപ്പനെല്ലാം ചെയ്തത് നമുക്ക് വേണ്ടിയാ.."

ഒരു താക്കിതോടെ സിസിലി പറയുമ്പോഴും ആ സ്വരം ഇടറുന്നു ണ്ടായിരുന്നു.

"ഞാനാരെയും കുറ്റപ്പെടുത്തണില്ല."

മകൾ നേർത്തൊരു തേങ്ങലോടെ അവളുടെ മുറിയിലേക്ക് പോയി.

ഒരു നടുക്കം എന്റെ നട്ടെല്ലിനെ വിറപ്പിച്ചുകൊണ്ടു താഴോട്ടിറങ്ങി. ചുവരിൽ ചിരിച്ചുകൊണ്ടിരിക്കുന്ന എന്റെ ചിത്രത്തിനുമീതെ ആരോ മുല്ലപ്പുവിന്റെ മാല തൂക്കിയിട്ടിരുന്നു. താഴെ കാറ്റിലുലയുന്ന മെഴുകുതി രിനാളം എന്തിന്റെ സൂചനയാണ്? ഞാനെന്തെന്നെ നോക്കവെ, മഞ്ഞു മലകൾ എന്റെ കണ്ണുകളിലേക്ക് ഇരച്ചുവന്നു. എനിക്കെന്റെ ഉടൽ കാ ണാനായില്ല. ചുവരിലെ നീലക്കണ്ണാടികൾ എന്റെ പ്രതിബിംബത്തെ കോരിക്കുടിച്ച് ശൂന്യമായി നിന്നു. സിസിലിയുടെ നേരെ നീണ്ട വിരലുകൾ മൃദുലവും സുതാര്യവുമായ മതിൽ ഭിത്തികളിൽ വഴിമുടക്കിനിന്നു. മരിച്ചവരുടെ ലോകത്തിന്റെ ഗന്ധം ഒരു ശവക്കച്ചപോലെ എന്റെ മുഖ ത്തേക്കു വാർന്നു വീണു. യുദ്ധഭൂമിയിൽനിന്നും നിഷ്കാസിതനായ പടയാളിയുടെ കനത്ത ഏകാന്തത എന്നെ പൊതിഞ്ഞു. കണ്ണുകളിൽ ഉരുണ്ടുകൂടിയ നീർക്കണങ്ങൾ സിസിലിയെയും നിറങ്ങളെയും മായ്ക്കു കയാണ്. അയൽരാജ്യത്തെ യുദ്ധത്തിനിടയ്ക്ക് ജയിലുകളിൽ കുന്നു കൂടിയ തടവുകാരെ നാടുകടത്താൻ പട്ടാളക്കാർ മരുഭൂമിയിലൂടെ വലി ച്ചിഴച്ചുകൊണ്ടുപോകുന്ന ദൃശ്യം മുന്നിൽ വീണ്ടും തെളിഞ്ഞു. വേദനയിൽ മുറിയുന്ന കരച്ചിലുകൾ. മരുഭൂമിയുടെ ഗർഭഗർത്തങ്ങളിലേക്ക് വെടിയേറ്റ് വീഴുന്ന ചോരയൊലിക്കുന്ന ശരീരങ്ങൾ. കണ്ഠത്തിലൊടുങ്ങുന്ന നിലവിളികൾ. ഞാനെവിടെയാണ്? ദുഃസ്വപ്നങ്ങളുടെ ഘോഷയാത്ര ഒന്നിനുമീതെ ഒന്നായി നീങ്ങിക്കൊണ്ടിരിക്കുകയാണ്.

പെട്ടെന്ന് ഇരുളടഞ്ഞതും ഘോരവുമായ നിശ്ശബ്ദതയിലേക്ക് ഞാൻ തെറിച്ചുവീണു. പെറ്റുനോവറിഞ്ഞ തുണിക്കഷ്ണംപോലെ നനവു പടർന്ന മണ്ണിൽ ചോരമണക്കുന്നു. ഘോഷയാത്രയുടെ അവസാനം,

പൂക്കൾകൊണ്ടലങ്കരിച്ചതും സുഗന്ധദ്രവ്യങ്ങൾ പുശിയതുമായ മനോ
ഹരമായ തേരിൽ നിന്നും മാലാഖകൾ ഇരുട്ടിന്റെ തോടുകൾ പൊട്ടിച്ചു
കൊണ്ട് പളുങ്കുമണികളുടെ ചിരികളുമായി എനിക്കുചുറ്റും നിരന്നു.
പൊടുന്നനെ മൗനത്തിന്റെ അഴിയാക്കുരുക്കിലേക്ക് ഞാൻ പതുക്കെ
മുറിഞ്ഞ നിലവിളികളുമായി മുങ്ങിത്താണുപോയി...

* 9 7 8 9 3 8 5 0 1 8 8 0 0 *